हिमालयातील पर्वत

उमेश झिरपे

सकाळ प्रकाशन

सकाळ प्रकाशन

Himalayatil Parvat
© 2025, Umesh Zirpe

हिमालयातील पर्वत
© २०२५, उमेश झिरपे

प्रथम आवृत्ती	:	डिसेंबर २०२५
प्रकाशक	:	सकाळ मीडिया प्रा. लि. ५९५, बुधवार पेठ, पुणे ४११ ००२
शब्दांकन	:	नचिकेत जोशी
संपादन	:	ऐश्वर्या कुमठेकर
मुखपृष्ठ व मांडणी	:	यशोधन लोवलेकर
ISBN	:	978-93-47138-81-2
संपर्क	:	९८८१५ ९८८१५ / ८८८८८ ४९०५० sakalprakashan@esakal.com

हिमालयाचे 'हिमालयपण' जपणाऱ्या, वाढवणाऱ्या
सर्व जाणत्या, अजाणत्या हिमालयप्रेमींना समर्पित

हिमालयाचा वारकरी

एका पुस्तकाचं स्क्रिप्ट हाती लागतं आणि पहिलाच विचार डोळ्यांतून मनात साठवला जातो. लेखक म्हणतो, 'हिमालय आपल्यासाठी फक्त भौगोलिक पर्वतरांग नाही. तो आपल्या अध्यात्माचा आधार आहे, श्रद्धेचा केंद्रबिंदू आहे आणि मानवी साहसाची कसोटी आहे. या पर्वतरांगेशी असलेलं आपलं नातं हजारो वर्षांचं आहे. वेद, पुराणं, लोककथा आणि गाथा यांमधून हिमालयाचं वर्णन आपल्याला वारंवार पाहायला मिळतं. आजच्या काळात गिर्यारोहण, पर्यटन, संशोधन यांमुळे हिमालयाचं नवं रूप उलगडतं. पण या सगळ्यांच्या पलीकडे हिमालय एक मोठं आव्हान घेऊन उभा आहे. हवामान बदल, पर्यावरणाचा समतोल आणि मानवी हस्तक्षेपाचा धोका.' हे वाचताना आपण खडबडून जागे होतो, या पुस्तकाची पानं चाळू लागतो आणि त्यात अगदी गुरफटून जातो.

'हिम' म्हणजे बर्फ आणि 'आलय' म्हणजे निवासस्थान. एकत्र बनून होतं 'हिमालय'. भारतीयांचं या एका शब्दाशी अतूट नातं आहे. अगदी खरं सांगायचं तर आपलं नातं जरा लांबचं आहे. खरं जवळचं नातं उमेश झिरपे नावाच्या माझ्या मित्राचं आहे. अगदी घरचं नातं. हा माणूस शहरी असला, तरी त्याचं मन रमतं पर्वतांमध्ये. बरं, उमेश नुसता स्वत: या पर्वतात रमत नाही, तर असंख्य तरुणांना मार्गदर्शन करून हिमालयाची महती पटवून देत त्याच्या प्रेमात पडायला भाग पाडतो आणि मग उभी राहते संस्था, 'गिरिप्रेमी'.

'पर्वतांचा हिमालय' या पुस्तकातून उमेश झिरपे नुसती हिमालयातल्या पर्वतांची माहिती देत नाहीत, तर हिमालयाची महती पटवून देताना पौराणिक दाखल्यांपासून आधुनिक जगातील हिमालयाचं अनन्यसाधारण स्थान समजावून सांगतात. त्याला कारण देताना सुरुवातीलाच उमेश झिरपे म्हणतात, 'हिमालय हा अजूनही 'जिवंत पर्वतरांग' मानला जातो.' भू-शास्त्रज्ञांच्या मोजमापानुसार हिमालय दरवर्षी काही मिलिमीटर उंचावतो. जगातील ८००० मीटरपेक्षा उंच अशी १४ महाशिखरं आहेत आणि त्यांपैकी ९ हिमालयात आहेत. एव्हरेस्ट, के-२, कांचनजुंगा, अन्नपूर्णा, धौलागिरी, मकालू, नंदादेवी ही त्यांपैकी काही प्रमुख नावं. मग उमेश झिरपेंचं बोट धरून आपली हिमालयाची सफर चालू होते, जी अत्यंत रंजक ठरते.

आपल्या सगळ्यांना कल्पना आहे, की हिमालयाला 'नद्यांचं जन्मस्थान' म्हटलं जातं. गंगा, यमुना, सिंधू, ब्रह्मपुत्रा, सतलज, कर्णाली, काली गंडकी अशा असंख्य महानद्यांचा उगम हिमालयातूनच होतो. जगाला हिमालयाची भुरळ पडली ती उगाच नाही. म्हणूनच साहित्यिकांनी हिमालयाला 'देवांचं निवासस्थान' म्हटलं. कवींनी त्याचं सौंदर्य कविता-नाट्यांतून रेखाटलं, जगभरातल्या चित्रकारांनी आपल्या कुंचल्यातून हिमालयाचं सौंदर्य नजरबंद करायचा प्रयत्न केला.

पुस्तक वाचताना उमेश झिरपे अगदी सहजी पौराणिक कथांचे संदर्भ देतात. महाभारतातील पाच पांडव अर्थात युधिष्ठिर, भीम, अर्जुन, नकुल व सहदेव यांनी हिमालयामार्गे स्वर्ग गाठला, तेव्हा त्यांनी पृथ्वीतलावरचं शेवटचं भोजन जे केलं, तो पर्वत म्हणजे पंचचुली. हे सांगत असताना हा ट्रेक किती कठीण आहे, हे सांगायलाही ते विसरत नाहीत.

भारतीयांच्या मनात गंगा नदीचं एक वेगळं स्थान आहे. पुस्तकात त्याची माहिती देताना उमेश झिरपे लिहितात, 'गंगोत्री हिमनदी सर्वांत मोठी. या हिमनदीमधूनच पुढे गोमुख तयार होतं आणि तेथून सुरू होते भागीरथी नदी, जी पुढे जवळपास ५०० किलोमीटरचा प्रवास करून देवप्रयागला अलकनंदा नदीशी एकरूप होते आणि गंगामातेचं रूप धारण करते. निसर्गाचं सुंदर रूप अनुभवण्यासाठी, आपल्या देवदेवतांच्या इतिहासातील घटनांची साक्ष अनुभवण्यासाठी, जीवनदायिनी गंगामातेच्या उगमासाठी कारणीभूत असलेल्या भागीरथी शिखरांना एकदा तरी 'याची देही याची डोळा' बघायला हवं.' हे वाचल्यावर आपल्या मनातही गंगोत्रीला जायलाच हवं असा विचार नकळत पक्का होत जातो. मधूनच मग महाभारताशी

निगडित असलेला संदर्भ वाचनात येतो, की ओसला गावात दुर्योधनाचं मंदिर आहे. हे वाचल्यावर आपण वेडे होतो. उमेश झिरपेंची रसिकता आणि अभ्यास यातून समजून जातो.

हिमालयात प्रचंड भटकंती केलेले उमेश झिरपे कोणा माणसाच्या गिर्यारोहणातील कामगिरीने पटकन भारावून जात नाहीत. पण कामी रिता शेर्पा यांनी विश्वविक्रमी २९ वेळा एव्हरेस्टची शिखर चढाई केली आहे, हे सांगताना मनोमन नतमस्तक झालेले दिसतात. गिरिप्रेमी संस्थेनंदेखील एव्हरेस्ट शिखरावर चढाई केली आहे, हे नम्रपणे सांगताना संस्थेत एक-दोन नव्हे, तर तेराहून अधिक एव्हरेस्ट शिखरवीर आहेत हे हळूच सांगतात आणि आपण वेडे होतो. समुद्रसपाटीपासून तब्बल ८८४८ मीटर म्हणजे जवळ जवळ नऊ किलोमीटर उभे उंच असलेल्या ठिकाणी समुद्राचे अवशेष आढळून येणं, ही खरंच निसर्गाची किमया असल्याचं वाचनात येतं आणि गिरिप्रेमीच्या कार्यालयात एव्हरेस्टवरचा एक दगड स्मृती म्हणून आणला असल्याचं समजतं.

पाकिस्तानात असला तरी झिरपे नंगा पर्बतबद्दल सविस्तर सांगतात. त्यांच्या मते नंगा पर्बत म्हणजे कटू आठवणी. २०१३ साली पाकिस्तानातील अतिरेक्यांनी गिर्यारोहकांना काहीही कारण नसताना मारून टाकलं, त्याचा संदर्भ ते देतात. रेन्हॉल्ड मेसनर हा जगातील सर्व १४ अष्टहजारी शिखर मोहिमा यशस्वी करणारा पहिला गिर्यारोहक असल्याचं मानवंदना देताना सांगतात. अन्नपूर्णा शिखर मोहिमेबद्दल बोलताना झिरपे म्हणतात की, अन्नपूर्णा मोहिमांचा मृत्यूदर सरासरी ३२% इतका आहे. चढाई करायला अन्नपूर्णा जगातील सर्वांत धोकादायक पर्वतांपैकी एक आहे; पण त्याचा परिसर ट्रेकिंगसाठी सर्वोत्तम असल्याचं नमूद करतात.

प्रथम दर्शनातच मन:शांती देणाऱ्या कैलास पर्वतापासून ते भागीरथी, स्वर्गरोहिणी, नंदादेवी आणि कांचनजुंगा अशा एकाहून एक सरस पर्वतांबद्दल सुंदर माहिती सोप्या शब्दांत देत उमेश झिरपेंचं पुस्तक आपल्याला एका जागी बसून वाचायला भाग पाडते. माझ्या मते खरा सारांश पुस्तकाच्या शेवटच्या टप्प्यात वाचायला मिळतो.

वाचकांच्या डोळ्यांत झणझणीत अंजन घालणाऱ्या एका भागात उमेश झिरपे लिहितात, 'भारताच्या वायव्येपासून ईशान्येपर्यंत तब्बल २५०० किलोमीटरहून अधिक लांबवर पसरलेली पर्वतरांग म्हणजे हिमालय. आणि पुढे प्रश्न विचारतात

की काय झालं असतं, हिमालय नसता तर? जर हिमालय अस्तित्वात नसता, तर भारतीय उपखंडाचं स्वरूप आज आपण पाहतो, त्याहून पूर्णतः वेगळं झालं असतं. हिमालय ही केवळ एक पर्वतरांग नाही, तर ती भारताच्या भूगोलाचा, संस्कृतीचा आणि इतिहासाचा आत्मा आहे. जर हिमालय नसता, तर हिमालयाचा अभाव भौगोलिकदृष्ट्या भयावह ठरला असता. हिमालयाच्या उत्तरेला थंड सायबेरियन प्रदेश आहे. हिमालयाची पर्वतरांग थंड वाऱ्यांपासून भारताला संरक्षण देते. जर हिमालय नसता, तर उत्तरेकडील राज्यं थेट हाडं गोठवणाऱ्या वाऱ्यांच्या तडाख्याखाली आली असती आणि देशभरातील हवामान प्रचंड थंड व उष्णतेच्या टोकाला गेलं असतं असं सांगून आपल्या मनात आणि डोक्यात स्वच्छ प्रकाश पाडतात.

उमेश झिरपेंचं पुस्तक वाचल्यावर कळून चुकतं की, हिमालय म्हणजे केवळ पर्वतरांग नाही. हिमालय ही भारतीयांसाठी एक श्रद्धेची भावना आहे. इतकंच नाही तर मानवाच्या अस्तित्वाचा आधार असलेल्या पृथ्वीवरील काही मोजक्या गोष्टींपैकी एक म्हणजे हिमालय. हिमालय गूढ-रम्य अगम्य आहे, हिमालय अनवट आहे; तरीही हिमालय हा आपला आहे. थोडक्यात उमेश झिरपेंनी हिमालयात प्रचंड भटकंती केली आणि त्याचं जणू सार काढून वाचकांना पुस्तकरूपानं सादर केलं आहे.

सुनंदन लेले

मनोगत

हिमालयाशी माझा परिचय हा केवळ गिर्यारोहक म्हणून नाही, तर आयुष्यभराचा सहप्रवास म्हणून झाला. लहानपणी डोंगरांमध्ये भटकंती करताना मनावर ठसलेली उंच डोंगरशिखरं, डोंगरांत वसलेली साधी माणसं, त्यांचं कष्टमय पण समाधानी आयुष्य हे सर्व माझ्या मनात खोलवर रुजलं. त्या लहानशा अनुभवांनीच पुढे गिर्यारोहणाची ओढ वाढवली आणि आयुष्यभर डोंगर माझ्या सहजीवनाचा भाग बनले.

गिर्यारोहण हे माझ्यासाठी फक्त साहस किंवा क्रीडा नाही. तो एक संस्कार आहे, जीवनपद्धती आहे. हिमालयातल्या शिखरांवर केलेल्या प्रत्येक मोहिमेत मला स्वत:शी संवाद साधता आला, स्वत:ला नवं रूप देता आलं. कठोर थंडी, उंची यांमुळे होणारी शारीरिक मर्यादा, पायाखालून घसरणारा बर्फ यांमध्ये मिळालेली प्रत्येक यशाची आणि अपयशाची शिकवण माझ्या आयुष्याचं शिल्प घडवत गेली.

२०२१मध्ये 'हिमालयातील दिवस' या विषयावर मी सकाळच्या 'सप्तरंग' या साप्ताहिक पुरवणीत मालिका लिहायला सुरुवात केली. लेखनाचा प्रवास मनापासून आनंददायी होता; पण जेव्हा वाचकांकडून उदंड प्रतिसाद यायला लागला, तेव्हा त्याचा खरा अर्थ उमगला. साध्या भाषेत लिहिलेली ही हिमालयातली दिनचर्या वाचकांच्या मनाला भिडली. त्यातूनच पुढे त्या मालिकेचं पुस्तक प्रसिद्ध झालं. सकाळ प्रकाशनाने त्यासाठी अपार परिश्रम घेतले आणि पुस्तकाला प्रचंड प्रतिसाद

मिळाला. अनेक वाचकांनी पत्रं लिहून, प्रत्यक्ष भेटून त्या अनुभवांची सांगड घालून दिली.

याच यशानं नवा आत्मविश्वास दिला. त्याच प्रेरणेतून २०२४मध्ये पुन्हा एकदा सप्तरंगमध्ये 'हिमालयातील पर्वत' या विषयावर मालिका सुरू केली. या वेळी ठरवलं, की फक्त मोहिमेची वर्णनं किंवा अनुभव न लिहिता हिमालयाच्या विविध पैलूंवर लेखन करावं - दंतकथा, पुराणकथा, शिखरांची माहिती, युद्ध आणि राजकारणातलं त्याचं महत्त्व आणि सर्वांत महत्त्वाचं म्हणजे पर्यावरण आणि भविष्याचा विचार. ही मालिका वाचकांपर्यंत पोहोचली, त्यांचं प्रेम आणि उत्सुकता मिळाली. आता तीच मालिका या पुस्तकाच्या रूपानं तुमच्यासमोर येते आहे.

हिमालयाविषयी लिहिताना एक गोष्ट लक्षात येते; हा विषय इतका व्यापक आहे, की एका पुस्तकात तो सामावणं कठीण आहे. प्रत्येक शिखराची, प्रत्येक घाटाची, प्रत्येक दरीची एक वेगळी कथा आहे. काही कथा पुराणांमधून आलेल्या, काही इतिहासातून, तर काही प्रत्यक्ष अनुभवांतून. या सर्व कथा म्हणजे मानवी सभ्यतेचं, श्रद्धेचं आणि साहसाचं एकत्रित दर्शन.

या पुस्तकाला आकार देताना अनेकांची मोलाची साथ लाभली. सकाळचे संपादक सम्राट फडणीस यांनी सतत प्रोत्साहन दिलं. संकल्पनात्मक मार्गदर्शनासाठी विनायक लिमये यांचे मनापासून आभार. लेखनातील माहिती गोळा करणं, संदर्भ शोधणं, रचना बांधणं या सगळ्या बाबतींत नचिकेत जोशी यांनी दिलेलं सहकार्य अतिशय महत्त्वाचं ठरलं. त्यांच्या परिश्रमांशिवाय ही मालिका इतक्या सुसंगतपणे साकारली गेली नसती.

या पुस्तकाला चित्रमय करणारे माझे छायाचित्रकार मित्र डॉ. रघुनाथ गोडबोले, श्री. चंद्रशेखर बापट, श्री. अनिल उत्पात आणि टीम गिरिप्रेमी यांचे मनापासून आभार! प्रत्येक पर्वताविषयी अधिक माहिती माझ्या आवाजात आणि सचित्र स्वरूपात वाचकांपर्यंत पोहोचावी, अशी सकाळ प्रकाशनाची इच्छा होती. त्यासाठी श्री. अभिषेक नरेवाडीकर या माझ्या मित्रानं व्हिडिओ चित्रीकरण करून दिलं. त्याचेही आभार. गिरिप्रेमी संघटनेचे सर्व सहकारी या पुस्तकलेखनाच्या प्रवासात आणि इतरवेळीही माझ्या सोबत असतात. त्यांच्या ऋणात राहायला मला आवडेल.

हिमालय आपल्यासाठी फक्त भौगोलिक पर्वतरांग नाही. तो आपल्या अध्यात्माचा आधार आहे, श्रद्धेचा केंद्रबिंदू आहे आणि मानवी साहसाची कसोटी

आहे. या पर्वतरांगेशी असलेलं आपलं नातं हजारो वर्षांचं आहे. वेद, पुराणं, लोककथा आणि गाथा यांमधून हिमालयाचं वर्णन आपल्याला वारंवार पाहायला मिळतं. आजच्या काळात गिर्यारोहण, पर्यटन, संशोधन यांमुळे हिमालयाचं नवं रूप उलगडतं; पण या सगळ्यांच्या पलीकडे हिमालय एक मोठं आव्हान घेऊन उभा आहे - हवामान बदल, पर्यावरणाचा समतोल आणि मानवी हस्तक्षेपाचा धोका.

या पुस्तकातून मी हिमालयाला अनेक कोनांतून पाहण्याचा प्रयत्न केला आहे. श्रद्धा, संस्कृती, पुराणकथा, युद्ध आणि राजकारण, पर्यावरण, साहस या सर्व पैलूंमधून हिमालयाचं दर्शन घडावं, एवढीच इच्छा आहे. वाचकांनी या प्रवासात सहभागी व्हावं, प्रत्येक पर्वताच्या कथेतून थक्क व्हावं, आणि शेवटी एक जबाबदार पर्वतप्रेमी म्हणून स्वत:ला पाहावं, हा या पुस्तकाचा हेतू आहे.

हिमालयाची भव्यता आपल्याला भारावून टाकते, पण त्याचं जतन करणं ही आपली जबाबदारी आहे. प्रत्येक वाचकानं या पुस्तकातून प्रेरणा घेऊन हिमालयाशी असलेलं आपलं नातं अधिक दृढ करावं, हीच खरी अपेक्षा.

उमेश झिरपे

ट्रेकर (Trekker) : डोंगरदऱ्या, जंगल, कडेकपारी किंवा दुर्गम भूभागात पायी चालत केलेल्या प्रवासाला 'ट्रेक' म्हणतात. असा नियोजित, मार्गदर्शित किंवा अन्वेषणात्मक पायी प्रवास करणाऱ्या व्यक्तीस ट्रेकर म्हणतात. यामध्ये सहसा तांत्रिक चढाईपेक्षा सहनशक्ती, निसर्गानुभूती आणि सुरक्षित मार्गक्रमण यांना अधिक महत्त्व असते.

गिर्यारोहक (Mountaineer) : उंच शिखरे, खडे कडे, हिमनद्या किंवा आव्हानात्मक भूभागावर तांत्रिक कौशल्य, उपकरणे, हवामानज्ञान आणि चढाईशास्त्र वापरून चढाई करणाऱ्या व्यक्तीस माउंटेनिअर / गिर्यारोहक म्हणतात. यात उंचीशी जुळवून घेणे, दोरकाम, बर्फ-खिंडीत चालणे, खडक-चढाई इत्यादी प्रगत कौशल्यांचा समावेश असतो.

अनुक्रम

भाग १

आद्य पर्वत : दंतकथा आणि पुराणकथा

हिमालयाची ओळख फक्त भौगोलिक पर्वतरांग म्हणून करता येत नाही. भारतीय संस्कृतीत हिमालय म्हणजे श्रद्धेचा केंद्रबिंदू, पुराणकथांचा नायक आणि साहसाची अखंड प्रेरणा. आद्य काळापासून तो आपल्या जीवनाचा अविभाज्य भाग राहिला आहे. वेद-पुराणांतून हिमालयाचं वर्णन येतं, संतकवींच्या अभंगांतून त्याचा गौरव होतो आणि प्रत्येक यात्रेकरूसाठी तो अद्भुत अनुभव देणारा आध्यात्मिक मार्गदर्शक ठरतो.

या भागात आपण हिमालयातल्या अशा शिखरांना भेटणार आहोत, ज्यांच्याशी प्राचीन कथा आणि विश्वास निगडित आहेत. कैलास पर्वत हा शिवाचं धाम मानला जातो आणि अनेक धर्मांसाठी तो पवित्र आहे. पंचचुली पर्वत पांडवांच्या महाप्रस्थानाशी जोडला गेलाय. भागीरथीचा उगम गंगेला जन्म देतो आणि त्यामुळे आध्यात्मिक शक्तीचा स्रोत मानला जातो, तर स्वर्गारोहिणी पर्वताशी पांडवांनी स्वर्गारोहण केल्याची दंतकथा जोडलेली आहे.

या कथा फक्त आख्यायिका नाहीत. त्या आपल्याला पर्वताशी असलेलं आपलं नातं सांगतात. पर्वत हे केवळ बर्फाच्छादित शिखरं नाहीत; तर ते श्रद्धा, विश्वास, गूढ आणि साहस यांचा संगम आहेत. या भागाच्या माध्यमातून आपण या आद्य पर्वतांची ओळख करून घेऊ आणि त्यांच्या कथांमधून हिमालयाचं सांस्कृतिक आणि आध्यात्मिक महत्त्व समजून घेऊ.

१

हिमालयाची ओळख

मानवजातीच्या व्यापक इतिहासात काही पर्वतरांगा या केवळ भौगोलिक संरचना न ठरता श्रद्धा, प्रेरणा, साहस आणि जीवनाचे केंद्रबिंदू बनून उभ्या राहिलेल्या दिसतात. एखादं उंच शिखर माणसाला नेहमीच आकृष्ट करतं; पण जेव्हा संपूर्ण पर्वतरांग एका अख्ख्या संस्कृतीचा आत्मा बनते, एका उपखंडाचं संरक्षण करते आणि कोट्यवधी लोकांना जगण्यासाठी आवश्यक असलेलं पाणी, हवा, अन्न व संस्कार यांचा पाया देते, तेव्हा ती फक्त भौगोलिक रचना राहत नाही. ती मनुष्यजातीच्या जीवनाचा शाश्वत आधारस्तंभ ठरते. अशा काही मोजक्या पर्वतरांगांमध्ये सर्वांत मोठं आणि प्रभावी नाव म्हणजे 'हिमालय'.

'हिम' म्हणजे बर्फ आणि 'आलय' म्हणजे निवासस्थान. अशा या अथांग बर्फाच्या साम्राज्याला सुसंगत असं हे नाव. हिमालय म्हणजे बर्फाचा अथांग साठा, असीम उंचावणारी शिखरं आणि अनंत रहस्यांचा खजिना. पृथ्वीवरील सर्वांत तरुण पर्वतरांग असूनही हिमालयाची उंची, विस्तार आणि जीवनशक्ती यांमुळे ती आज जगातली सर्वांत भव्य आणि सशक्त पर्वतरांग मानली जाते. तो केवळ भूगोलापुरता मर्यादित विषय नाही. तो आहे नद्यांचा जन्मदाता, जंगलांचा आधार, हवामानाचा नियंता, लाखो-कोटी लोकांच्या संस्कृतीचा आणि जीवनाचा पाया. भारतीय उपखंडाच्या भूगोलावर, त्याच्या इतिहासावर, संस्कृतीवर, अर्थकारणावर आणि

लोकजीवनावर हिमालयानं जो खोलवर परिणाम केलाय; त्यामुळेच हिमालयाबद्दल बोलताना तो फक्त एखाद्या शालेय नकाशातली रांग उरत नाही. तो एक जिवंत, थरारक, आध्यात्मिक व भावनिक अनुभव ठरतो.

हिमालयाचा जन्मही तितकाच रोचक आहे. सुमारे पन्नास कोटी वर्षांपूर्वी, जेव्हा पृथ्वीवरची भूपटलं अजूनही हालचालीत होती, तेव्हा आजचा 'भारत' म्हटला जाणारा भूभाग एक स्वतंत्र खंड म्हणून दक्षिण गोलार्धात फिरत होता. हा संपूर्ण खंड हळूहळू उत्तरेकडे सरकत गेला आणि अखेर युरेशियन खंडावर आदळला. दोन महासागरांप्रमाणे विशाल प्लेट्सच्या या महाआघातामुळे खडकांचे थर दाबले गेले, तुटले, वर उचलले गेले आणि त्यातून हिमालयाची निर्मिती झाली. म्हणूनच हिमालय हा अजूनही 'जिवंत पर्वतरांग' मानला जातो. भू-शास्त्रज्ञांच्या मोजमापानुसार हिमालय दरवर्षी काही मिलिमीटर उंचावतो. त्यामुळे या भागात वेळोवेळी भूकंप जाणवणं साहजिकच आहे.

या भव्य पर्वतरांगेचा विस्तार पश्चिमेकडच्या काश्मीर प्रदेशापासून सुरू होऊन हिमाचल, उत्तराखंड, नेपाळ, भूतान, सिक्कीम असा होत अरुणाचल प्रदेशापर्यंत झालेला आहे. सुमारे २५०० किलोमीटर लांबीच्या वलयाकार भिंतीसारखा हा विशाल डोंगररांगांचा प्रदेश आज पाच देशांच्या भूभागांमध्ये विभागला जातो - भारत, नेपाळ, भूतान, तिबेट (चीन) आणि पाकिस्तान. एवढा विस्तृत पसरलेला असूनही एकाच पर्वतरांगेप्रमाणे बांधलेला, जणू नैसर्गिक संरक्षणकवच तयार करणारा हिमालय मानवी मनाला नेहमीच स्तिमित करून टाकतो.

जगातील ८००० मीटरपेक्षा उंच अशी १४ महाशिखरं आहेत आणि त्यांपैकी नऊ फक्त हिमालयात आहेत. एव्हरेस्ट, के-२, कांचनजुंगा, अन्नपूर्णा, धौलागिरी, मकालू, नंदादेवी ही त्यांपैकी काही प्रमुख नावं. एवढ्या प्रमाणावर एकाच भूभागावर एवढ्या भव्य शिखरांची रास असणं ही जागतिक पातळीवर दुर्मीळ गोष्ट आहे. म्हणून हिमालयाला 'पर्वतरांगांचा राजा' म्हणणं अतिशयोक्ती ठरणार नाही.

भौगोलिक विभागणीनं हिमालयाचे साधारणपणे तीन मुख्य पट्टे पडतात. पहिला पट्टा म्हणजे महान हिमालय किंवा हिमाद्री - सर्वांत उंच, सदैव बर्फाच्छादित शिखरांचा पट्टा. यामध्येच एव्हरेस्टसारखी उंच शिखरं आहेत. दुसरा पट्टा म्हणजे मध्य हिमालय; जो दऱ्या, वृक्ष, मानवी वस्त्या यांनी नटलेला डोंगराळ भाग आहे. यामध्ये पर्यावरणीय विविधताही प्रचंड आहे. तिसरा पट्टा म्हणजे शिवालिक रांग,

जो अधिक खालच्या बाजूला आहे आणि जिथे सुपीक दऱ्या, शेती करण्यायोग्य माळरानं आढळतात.

हिमालयाला नद्यांचं जन्मस्थान म्हटलं जातं. गंगा, यमुना, सिंधू, ब्रह्मपुत्रा, सतलज, कर्णाली, काली गंडकी अशा असंख्य महानद्यांचा उगम हिमालयातूनच होतो. या नद्यांच्या काठावर प्राचीन संस्कृती विकसित झाल्या, भूभाग सुपीक झाला, शेती घडली आणि लक्षावधी-कोट्यवधी लोकांचं जीवन पोसण्याची ताकद या नद्यांमुळेच मिळाली. विशेष म्हणजे गंगा-ब्रह्मपुत्रा खोरं हे आजही जगातलं सर्वांत दाट लोकवस्ती असलेलं क्षेत्र आहे. नद्यांशिवाय या भागाचं जगणं कल्पनाच करता येणार नाही. त्यामुळे पाण्याचा मूळ स्रोत म्हणून हिमालयाचं स्थान सर्वोच्च ठरतं.

इतकंच नाही तर भारताची संस्कृती, अध्यात्म आणि धर्मांचं केंद्रस्थानही हिमालयच राहिलेला आहे. उत्तराखंडमधली चार धाम - गंगोत्री, यमुनोत्री, केदारनाथ व बद्रीनाथ इथेच आहेत. तिबेटी पठारावरचा कैलास पर्वत आणि मानसरोवर ही जगभरातल्या श्रद्धाळूंसाठी पवित्र स्थानं ठरत आली आहेत. शिवशंभूंच्या निवासस्थानाच्या दंतकथेमुळे त्यांची महिमा अधिकच उंचावलेली आहे. बौद्ध धर्माच्या परंपरेतील गुरू पद्मसंभव, नेपाळ व तिबेटमधली ध्यानसाधना केंद्रं, शीख धर्मातले गुरू नानक यांचे आश्रम आणि कार्यक्षेत्रं हिमालयाशी जोडलेली आढळतात. अजूनही जगभरातील साधक हिमालयात येऊन योग, ध्यान आणि तपश्चर्येचे अनुभव घेत असतात.

हिमालयाचं आणखी एक महत्त्वाचं रूप म्हणजे साहस आणि गिर्यारोहण. १९२१मध्ये सुरू झालेल्या एव्हरेस्ट मोहिमेपासून जगभरातील गिर्यारोहकांचं लक्ष या परिसराकडे वेधलं गेलं. त्यानंतर शंभरहून अधिक वर्षं सातत्यानं हिमालयात

हिमालयाचे अंतरंग

१. हिमालय पर्वतरांग सुमारे २,४०० कि.मी. लांबीची आहे.

२. रुंदी साधारण ३०० ते ४०० कि.मी. आहे.

३. या पर्वतरांगेत जगातली १० सर्वोच्च अष्टहजारी शिखरं आहेत.

४. हिमालयात एकूण १५,०००पेक्षा जास्त हिमनद्या आहेत.

५. या हिमनद्या गंगा, यमुना, सिंधू, ब्रह्मपुत्रा यांसारख्या आशियातल्या प्रमुख नद्यांना जन्म देतात.

६. जगातला एकूण ताज्या पाण्याचा साठा जपण्यात हिमालयाचा वाटा अत्यंत महत्त्वाचा आहे.

७. हिमालय भारतीय उपखंडाचं थंड सायबेरियन वाऱ्यांपासून संरक्षण करतो.

८. मान्सूनचे ढग अडवून पाऊस पाडण्यात हिमालय महत्त्वाची भूमिका बजावतो.

९. अंदाजे ५० कोटी लोकांचं जीवन हिमालयातील नद्या आणि जलस्त्रोतांवर अवलंबून आहे.

१०. जैवविविधतेच्या दृष्टीनं हिमालयात हजारो वनस्पतींच्या आणि प्राण्यांच्या दुर्मीळ प्रजाती आढळतात.

हुतात्म्यांच्या, विजेत्यांच्या आणि साहसी प्रवाशांच्या कहाण्या घडत राहिल्या. एव्हरेस्ट, के-२, कांचनजुंगा, धौलागिरी यांसारख्या शिखरांनी गिर्यारोहकांना आव्हान दिलं. यात अनेकांची स्वप्नं साकारली, तर अनेकांनी आपलं प्राणार्पणही केलं.

भारतीय गिर्यारोहकांनीही गेल्या काही दशकांत भरीव कामगिरी केली आहे. IMFपासून (Indian Mountaineering Foundation) महाराष्ट्रातल्या 'गिरिप्रेमी'सारख्या संस्थांमधून अनेक मोहिमा पार पडल्या आहेत. अशा मोहिमांतून फक्त पर्वतावर चढाईच नाही; तर सामर्थ्य, संघभावना, सहनशीलता आणि जिद्द यांचा प्रत्यय येतो.

पण या भव्य पर्वतरांगेसमोर आज एका मोठ्या संकटाची चाहूल लागली आहे. ते संकट म्हणजे हवामान बदल. हिमनद्या झपाट्यानं वितळत आहेत. गंगोत्री हिमनदी मागे सरकत आहे. पुढील शंभर वर्षांत अनेक हिमनद्या अस्तंगत होण्याची भीती वैज्ञानिक व्यक्त करत आहेत. यामुळे पाण्याची कमतरता वाढणार, तसंच हिमनदी (ग्लेशियर) लेक फुटल्यानं अचानक पूर येण्याची शक्यता वाढली आहे. या संकटाचा फटका केवळ डोंगरवासींनाच नाही, तर संपूर्ण उपखंडातल्या लोकसंख्येला बसणार आहे.

हिमालय हे केवळ काही पर्वतांचं नाव नाही. हिमालय ही तर भारतीय जीवनाच्या गाभ्यात असलेली भावना आहे. साहित्यिकांनी हिमालयाला देवांचं निवासस्थान म्हटलं, कवींनी त्याचं सौंदर्य कविता-नाट्यांतून रेखाटलं, चित्रकारांनी नजरबंदी केली.

प्रत्येक गिर्यारोहकासाठी हिमालय म्हणजे स्वत:ला ओळखण्याचा प्रवास असतो. इथे प्रत्येक पाऊल आयुष्याचा धडा शिकवतं - धैर्य, शिस्त, संघभावना आणि सहनशीलता.

माझ्यासाठी हिमालय म्हणजे केवळ प्रवासाचं स्थळ नाही, तर आयुष्याची दिशा आहे. गिर्यारोहण मोहिमांमध्ये मी शिकलो; की पर्वत हे जिंकण्यासाठी नसतात, तर त्यांनी शिकवणाऱ्या धड्यांचा स्वीकार करण्यासाठी असतात.

या पुस्तकात आपण हिमालयाच्या वेगवेगळ्या शिखरांवर, नद्यांवर, संस्कृतींवर आणि मोहिमांवर नजर टाकणार आहोत आणि याच्या प्रत्येक पानातून वाचकाला हिमालयाचं बहुआयामी, बहुरंगी आणि प्रेरणादायी व्यक्तिमत्त्व अनुभवायला मिळणार आहे.

हिमालयाची ओळख

व्हिडिओ पाहण्यासाठी क्यूआर कोड स्कॅन करा किंवा लिंकला भेट द्या.

https://youtu.be/QAigplTE3Yw?si=wA-jD3FBg7swBxhc

२

अगम्य कैलास पर्वत

मानवी इतिहासात काही गोष्टी अशा असतात, की त्या फक्त भौगोलिक किंवा भौतिक स्वरूपाच्या राहत नाहीत; तर त्या गोष्टी श्रद्धा, अध्यात्म, संस्कृती आणि जीवनपद्धती यांच्या केंद्रस्थानी जाऊन बसतात. हिमालय पर्वतरांग ही त्यांपैकी एक. या रांगेत असंख्य शिखरं आहेत, शेकडो नद्या उगम पावतात, असंख्य दऱ्या आणि त्यांत वसलेली गावं आहेत. पण या सर्व पर्वतांमध्ये एक पर्वत असा आहे, जो केवळ उंचीमुळे नाही, तर त्याच्या दैवी स्वरूपामुळे आणि मानवाच्या सामूहिक श्रद्धेमुळे अद्वितीय ठरतो. तो म्हणजे कैलास पर्वत. भारत, तिबेट, नेपाळ आणि इतर आशियाई देशांतल्या लाखो-कोटी भाविकांच्या दृष्टीने हा पर्वत 'विश्वाचं नाभिस्थान' मानला जातो. 'आध्यात्मिक ॲक्सिस' म्हणून ओळखल्या जाणाऱ्या या पर्वताभोवती कितीतरी आख्यायिका, पुराणकथा, धार्मिक श्रद्धा आणि सांस्कृतिक परंपरा गुंफलेल्या आहेत.

कैलास पर्वत तिबेटमध्ये हिमालयाच्या पश्चिम भागात आहे. उंचीनं तो ६,६३८ मीटर एवढा आहे. एवढा प्रचंड उंच नसतानाही तो अद्वितीय दिसतो, कारण त्याची रचना पिरॅमिडसारखी आहे. आकाशाकडे टोकदार शिखर, बर्फाच्छादित पांढरा रंग आणि चौफेर पसरलेली पर्वतरांग या सर्वांमुळे कैलास पर्वताकडे पाहणाऱ्याला एक गूढ शक्ती जाणवते. निसर्गाच्या दृष्टीनं तो जितका आकर्षक आहे, तितकाच अध्यात्माच्या दृष्टीनं तो अजून गूढ आहे. या पर्वताला चारही बाजूंनी चार भिन्न रूपं

आहेत - पूर्वेला 'असंगमुख', दक्षिणेला 'राक्षसभवन', पश्चिमेला 'पश्चिम दरवाजा' आणि उत्तरेला 'देवस्थान'. या चारही रूपांची वर्णनं हिंदू, बौद्ध, जैन आणि बोन या धर्मांच्या शास्त्रांत आढळतात.

हिंदू धर्मात कैलास पर्वत हा भगवान शंकराचं निवासस्थान मानला जातो. कैलास म्हणजे शंकराची समाधीची मुद्रा, त्यांचा तपश्चर्येचा प्रदेश. 'कैलासनाथ' या रूपात भगवान शंकर व देवी पार्वती यांचं निवासस्थान इथे आहे, असं मानलं जातं. 'कैलासपती' असं शंकराला संबोधलं जातं. 'कैलास मानसरोवर यात्रा' ही हिंदूंसाठी अत्यंत पवित्र मानली जाते. मानसरोवर आणि राक्षसताल हे दोन तलाव कैलासाजवळ आहेत. पुराणांनुसार ब्रह्मदेवानं स्वतः मानसरोवर तलावाची निर्मिती केली. त्यामुळे त्यात स्नान केल्यानं मन शुद्ध होतं, पापांचा क्षय होतो आणि मुक्ती प्राप्त होते, असं मानलं जातं. कैलास पर्वताची परिक्रमा केल्यानं जन्मोजन्मीची पापं नष्ट होतात, असा दृढ विश्वास आहे. ही परिक्रमा साधारण ५२ किलोमीटरची आहे. हिमालयातलं कठीण हवामान, दुर्गम रस्ता, ऑक्सिजनचा अभाव आणि शारीरिक कष्ट असूनही लाखो भाविक दरवर्षी ही परिक्रमा करतात.

बौद्ध धर्मात कैलास पर्वताला 'कांग रिनपोछे' म्हणजेच 'अनमोल हिमरत्न' असं म्हटलं जातं. त्यांच्या तत्त्वज्ञानानुसार हा पर्वत म्हणजे 'अक्षोभ्य बुद्ध' यांचं निवासस्थान आहे. बौद्ध मतानुसार कैलास पर्वताभोवतीची परिक्रमा म्हणजे संपूर्ण सृष्टीच्या चक्राची अनुभूती होय. 'कर्म नष्ट होणं' आणि 'पुनर्जन्माच्या चक्रातून मुक्ती' मिळवणं हे बौद्ध भाविकांसाठी या यात्रेचं महत्त्व आहे. तिबेटी बौद्ध भिक्षू वर्षानुवर्षं दूरवरून येऊन या पर्वताची प्रदक्षिणा घालतात. काही जण पूर्ण दंडवत घालून परिक्रमा करतात. हे साधारण तीन आठवडे चालतं, पण त्यांना यातून जी आध्यात्मिक तृप्ती मिळते, ती अद्वितीय असते.

जैन धर्मातही कैलास पर्वताचं अत्यंत महत्त्व आहे. त्यांच्या श्रद्धेनुसार पहिले तीर्थंकर ऋषभनाथ यांना इथेच कैवल्यज्ञान प्राप्त झालं. म्हणून जैनधर्मीय या पर्वताला 'अष्टापद' म्हणून ओळखतात. जैन परंपरेत कैलासाची आठ पायऱ्यांची संकल्पना आहे, ज्यांमधून मुक्तीच्या वाटा स्पष्ट होतात. आजही जैन भाविकांसाठी ही यात्रा आत्मशुद्धीचं प्रतीक आहे.

तिबेटमधील पारंपरिक बोन धर्मानुसार कैलास पर्वत म्हणजे विश्वाचा केंद्रबिंदू आहे. त्यांच्या मते याच पर्वतावरून चार महानद्यांना जन्म मिळाला - सिंधू,

ब्रह्मपुत्र, सतलज आणि कर्णाली (जी पुढे जाऊन गंगा नदीस मिळते). या नद्यांनी आशियातल्या अनेक देशांचं जीवन समृद्ध केलं आहे. म्हणजेच, कैलास पर्वत फक्त श्रद्धेचा नाही, तर जीवनाचा स्रोत आहे.

कैलास मानसरोवर यात्रेचं ऐतिहासिक महत्त्वही मोठं आहे. शेकडो वर्षांपासून भारत, नेपाळ, भूतान, मंगोलिया आणि चीनमधून यात्रेकरू या यात्रेला जातात. यामध्ये कठोर साधू, साधिका (साधक स्त्रिया), भिक्षू, सामान्य भाविक अशा सार्‍यांचा समावेश असतो. एके काळी ही यात्रा अत्यंत धोकादायक मानली जात होती; कारण रस्ते नव्हते, हवामान बदलतं होतं, चोरी-दरोड्याचे धोके होते. तरीही लोक श्रद्धेच्या बळावर प्रवास करीत. आज भारत-चीन सरकारच्या संयुक्त उपक्रमांतर्गत काही मार्गांवरून यात्रेला परवानगी मिळते. ही यात्रा आजही अत्यंत कठीण आहे. शारीरिक तंदुरुस्ती, वैद्यकीय तपासणी आणि मानसिक तयारी आवश्यक असते.

कैलास पर्वताचं अंतरंग

१. कैलास पर्वताची उंची ६,६३८ मीटर (२१,७७८ फूट) आहे.
२. हा पर्वत तिबेटच्या नगरीत, मानसरोवराच्या जवळ स्थित आहे.
३. हिंदू, बौद्ध, जैन आणि बोन धर्मीयांसाठी हा पर्वत पवित्र मानला जातो.
४. हिंदू धर्मात कैलास हा भगवान शंकराचं निवासस्थान मानला जातो.
५. जैन धर्मानुसार पहिला तीर्थंकर ऋषभनाथ यांनी इथे मोक्ष प्राप्त केला.
६. बौद्ध परंपरेत हा पर्वत अक्षभ्य बोधिसत्त्वाचे स्थान मानला जातो.
७. कैलास पर्वतावर कोणालाही प्रत्यक्ष चढाई करण्यास परवानगी नाही.
८. कैलास-मानसरोवर यात्रेला दरवर्षी हजारो यात्रेकरू जातात.
९. या यात्रेत साधारण ५२ कि.मी. परिक्रमा करावी लागते, जी पवित्र मानली जाते.
१०. परिक्रमेचा मार्ग समुद्रसपाटीपासून सरासरी ४,६७० मीटर उंचीवरून जातो, त्यामुळे शारीरिक तयारी आवश्यक असते.

कैलास पर्वताच्या आख्यायिका लोककथांमध्ये खोलवर रुजलेल्या आहेत. पौराणिक कथांनुसार इथेच भगवान शंकरानं रावणाला दर्शन दिलं. रावणानं शंकराला प्रसन्न करण्यासाठी संपूर्ण कैलास पर्वत उचलण्याचा प्रयत्न केला. पण शंकरानं आपल्या पायाच्या अंगठ्याने पर्वत दाबून ठेवला आणि रावणाचं गर्वहरण केलं. या कथेमुळे कैलास पर्वत रावणाशीही जोडला जातो. तसंच पांडवांनीही आपल्या स्वर्गारोहणाच्या प्रवासात कैलासाजवळून मार्ग काढल्याचं वर्णन महाभारतात आहे.

भौगोलिक आणि वैज्ञानिक दृष्टिकोनातूनही कैलास पर्वत अत्यंत गूढ आहे. शास्त्रज्ञांनी या पर्वताची रचना, त्याच्या आसपासच्या नद्यांचा उगम, भौगोलिक स्थिती यांचा अभ्यास केला आहे. तरीही काही गोष्टी अजूनही गूढ आहेत. या पर्वतावर कोणीही चढाई केलेली नाही. अनेकांनी प्रयत्न केले, पण अपयश आलं. तिबेटी सरकार आणि भारत-चीन यांच्यातल्या करारानुसार कैलास पर्वतावर चढाई करायला बंदी आहे. कारण स्थानिकांच्या श्रद्धेनुसार हे देवस्थान आहे आणि ते मानवी हस्तक्षेपापासून दूर ठेवावं. आजवर जगातल्या सर्वांत कठीण शिखरांवर चढणारे गिर्यारोहकही कैलासाच्या चढाईपासून दूर राहतात. त्यांच्या मते हे फक्त पर्वत नाही, तर देवाचं निवासस्थान आहे.

कैलास पर्वताकडे पाहताना प्रत्येकाला काहीतरी अलौकिक जाणवतं. त्याची रचना, शांतता, शुभ्र बर्फाच्छादित रूप आणि त्याभोवतीचं निसर्गदृश्य हे सर्व अनुभवताना एक वेगळाच आध्यात्मिक स्पर्श मिळतो. त्यामुळे कैलास हा फक्त एक भौगोलिक शिखर नाही; तो श्रद्धेचा केंद्रबिंदू, अध्यात्माचा उगमबिंदू आणि मानवी चेतनेच्या प्रवासाचा आधार आहे.

आजच्या युगात विज्ञान आणि तंत्रज्ञानाच्या झपाट्यानं बदलणाऱ्या काळातही कैलास पर्वताची प्रतिष्ठा तशीच टिकून आहे. कारण श्रद्धा आणि अध्यात्म हे विज्ञानाच्या पलीकडचे विषय आहेत. जेव्हा मनुष्य निसर्गाच्या कोंदणात, पर्वताच्या उंचीमध्ये आणि जीवनाच्या गूढतेत उत्तर शोधतो; तेव्हा त्याला कैलास पर्वतासारख्या ठिकाणी शांती लाभते. हजारो वर्षं लोकांनी या पर्वताला 'विश्वाचा ध्रुवतारा' मानलं आहे. म्हणूनच तो आजही अबाधित आहे, अजिंक्य आहे आणि अचल श्रद्धेचा आधार आहे.

अगम्य कैलास पर्वत

व्हिडिओ पाहण्यासाठी क्यूआर कोड स्कॅन करा किंवा लिंकला भेट द्या.

https://youtu.be/eikv0gStL3w?si=6eDWZSVmVGSa8g8v

३

पांडवांचा पर्वत : पंचचुली

आपल्या भारताचा जाज्वल्य इतिहास हिमालयाशिवाय पूर्ण होऊच शकत नाही. महाभारत असो वा रामायण; हिंदू संस्कृती, भारतीय सभ्यता घडवणाऱ्या सर्व महत्त्वाच्या घटनांमध्ये हिमालयाचा उल्लेख आहे. तिथले असंख्य पर्वत आजही इतिहासातल्या घटनांची साक्ष देतात. यांपैकी एक उल्लेखनीय पर्वत म्हणजे पंचचुली.

महाभारतात पाच पांडव अर्थात युधिष्ठिर, भीम, अर्जुन, नकुल आणि सहदेव यांनी हिमालयामार्गे स्वर्ग गाठला, तेव्हा त्यांनी पृथ्वीतलावरचं शेवटचं भोजन जिथे केलं, तो पर्वत म्हणजे पंचचुली. या पर्वत शिखरसमूहामध्ये पाच शिखरं असून सूर्योदयाच्या वेळी सूर्यकिरणं या शिखरांवरून आकाशाकडे परावर्तित होऊन आसमंत उजळवतात. जिवंत चूल जशी असते, तसा प्रकाश सूर्यास्तानंतर काही वेळासाठी या पर्वतांमधून दिसून येतो. पाच शिखरं म्हणजे पाच पांडवांचा संदर्भ अन् चुलीसारखं दिसणारं दृश्य या दोहोंमुळे या शिखराला 'पंचचुली' असं नाव पडलं. सूर्यास्तानंतर दिसणारं दृश्य हे मोक्षप्राप्तीशी साधर्म्य साधणारं असून याचा संदर्भ पांडवांच्या पृथ्वीवरच्या शेवटच्या भोजनाशी आहे, असं पायथ्याजवळ असणाऱ्या गावांमध्ये राहणारे स्थानिक आवर्जून सांगतात.

उत्तराखंड राज्यात असलेल्या गढवाल हिमालय अन् नेपाळमध्ये असणाऱ्या गुरन्स हिमालयाच्या दरम्यान असलेली डोंगररांग म्हणजे पंचचुली. वायव्येकडून

आग्नेय दिशेकडे पसरलेल्या या पर्वतशिखरांच्या समुदायामध्ये ६,३५५ मीटर उंच पंचचुली-१, ६,९०४ मीटर उंच पंचचुली-२, ६,३१२ मीटर उंच पंचचुली-३, ६,३३४ मीटर उंच पंचचुली-४ आणि ६,४३७ मीटर उंच पंचचुली-५ या शिखरांचा समावेश होतो. सोबतीला ६,०४१ मीटर उंच नागलिंग, ६,०७१ मीटर उंच बैंती, ६,५३७ मीटर उंच राजरंभा, ६,१०२ मीटर उंच तेलकोट, ६,४१० मीटर उंच नागलफू आणि ५,७८२ मीटर उंच शदेव या दुर्गम शिखरांचा समावेश होतो. उत्तराखंड राज्यातल्या कुमाऊँ भागातलं मुन्सीयारी हे पिथोरगड जिल्ह्यातलं गाव ही या शिखरसमूहांच्या सर्वांत जवळ असलेली मोठी मानवी वस्ती आहे. हा भाग सध्या इथल्या पर्यटनामुळे प्रसिद्ध झाला आहे. या ठिकाणी जेव्हा मी पहिल्यांदा गेलो होतो, तेव्हा पंचचुली शिखरसमूहाचं दर्शन घेतलं होतं. गोरी गंगा नदीवर वसलेल्या मुन्सियारी गावातून पंचचुली शिखरं अगदी स्पष्ट दिसतात. पहाटेच्या वेळी उजळलेला आसमंत अन् संध्याकाळी पर्वतांभोवती असलेला चित्त वेधणारा प्रकाश अगदी मनात घर करून गेला. या मुन्सियारी इथेच नंदादेवी मंदिर आहे. या मंदिराच्या मागच्या बाजूला पर्वतशिखरं अगदी खुलून दिसतात. स्वत:चा शोध घेण्यासाठी जी शांती व एकाग्रता हवी असते, ती इथे गेल्यावर मिळते. कदाचित हीच शांती किंवा मोक्षप्राप्तीची अनुभूती पांडवांनादेखील इथेच मिळाली असेल, असा विचार नक्की मनात येतो.

गिर्यारोहणाचा विचार करता पंचचुली शिखरसमूह नेहमीच 'हटके' गिर्यारोहण करणाऱ्या गिर्यारोहकांच्या नजरेत राहिला आहे. १९२९पासून ब्रिटिशकालीन गिर्यारोहकांनी पंचचुली शिखरसमूह चढण्याचे प्रयत्न केले, मात्र त्यात यश आलं नाही. पुढे तब्बल ४३ वर्षं भारतीय तसंच विदेशी गिर्यारोहकांनी पंचचुली शिखर

गाठण्यासाठी शर्थीचे प्रयत्न केले, मात्र पंचचुली अबाधितच राहिलं. या पाच शिखरांमधलं सर्वांत उंच शिखर असलेल्या पंचचुली-२ शिखराच्या नैऋत्य धारेवर काहीशा खालच्या बाजूला तीन उंचवटे आहेत. गिर्यारोहक या शिखरवजा उंचवट्यांनाच पंचचुली समूहातलं शिखरं समजून चकतात. या ४३ वर्षांच्या काळात असंच झालं असावं, असा गिर्यारोहण क्षेत्रातल्या अनेक तज्ज्ञांचा अंदाज आहे. पंचचुली शिखरसमूहातलं पहिलं शिखर चढलं गेलं, ते म्हणजे ६,३५५ मीटर उंच असलेलं पंचचुली-१. भारतीय गिर्यारोहण क्षेत्रातलं एक आदरणीय नाव असलेल्या

पंचचुली पर्वताचं अंतरंग

१. पंचचुली ही पाच शिखरांची शृंखला असून ती कुमाऊँ हिमालयात, उत्तराखंडमध्ये स्थित आहे.
२. सर्वांत उंच शिखर पंचचुली-२ची उंची ६,९०४ मीटर आहे.
३. पंचचुली शिखरं धारचुला आणि मुनस्यारी यांच्या दरम्यान पसरलेली आहेत.
४. महाभारताच्या कथेनुसार पांडवांनी स्वर्गारोहणाला निघताना याच मार्गानं प्रस्थान केलं.
५. 'चुली' या शब्दाचा अर्थ चूल, म्हणजेच पाच चुलींसारखी उभी शिखरं अशी या नावाची व्युत्पत्ती आहे.
६. या शिखरांचा पहिला यशस्वी आरोहण प्रयत्न १९७२मध्ये आयटीबीपीच्या पथकानं केला.
७. पंचचुली पर्वतावर आजवर अनेक भारतीय आणि परदेशी मोहिमा झाल्या आहेत.
८. मुनस्यारी परिसर हा पंचचुलीच्या ट्रेकसाठी प्रसिद्ध बेस आहे.
९. पंचचुली प्रदेशात समृद्ध जैवविविधता असून इथे हिमालयीन अस्वल, मस्क डियर, मोनाल यांसारखे प्राणी आढळतात.
१०. स्थानिक कुमाऊँनी संस्कृतीत पंचचुलीला पवित्र मानलं जातं आणि त्याला देवस्थानाचं रूप आहे.

मेजर हुकूम सिंह यांच्या नेतृत्वाखाली इंडो-तिबेटन बॉर्डर पोलीसच्या संघानं ही कामगिरी केली. १९७२मध्ये, म्हणजे पंचचुली शिखरावर पहिला प्रयत्न करणाऱ्या ह्यूज रटलेज यांच्या १९२९च्या मोहिमेनंतर तब्बल ४३ वर्षांनी यश आलं. एका वर्षानंतर पंचचुली-२ शिखराच्या नैऋत्य धारेनं इंडो-तिबेटन बॉर्डर पोलीसच्याच संघानं चढाई करत या शिखरसमूहातली सर्वांत उंच शिखरचढाई यशस्वी करण्याची कामगिरी केली. या संघात एकूण १८ गिर्यारोहक सहभागी झाले होते. गिर्यारोहक महेंद्र सिंह यांच्या नेतृत्वाखाली ही मोहीम यशस्वी झाली. पंचचुली-१ आणि २ शिखरांवर यशस्वी चढाई झाल्यावर तब्बल १९ वर्षांनी पंचचुली-५ या ६,४३७ मीटर उंच शिखरावर १९९२मध्ये चढाई यशस्वी झाली, तर पंचचुली-४ शिखरावर १९९५मध्ये न्यूझीलंडच्या गिर्यारोहक संघानं यशस्वी चढाई केली. पाच शिखरांमध्ये उंचीनं सर्वांत कमी असलेल्या, मात्र चढाईसाठी तितक्याच अवघड असलेल्या पंचचुली-३ शिखरावर २००१मध्ये यशस्वी चढाई करण्यात आली. पाचही शिखरांवर सर्वांत प्रथम यशस्वी चढाई करण्यामध्ये तब्बल पाच दशकांचा कालावधी लागला. यावरूनच या शिखरांची दुर्गमता, तिथली कठीणता लक्षात येते.

पंचचुली शिखरसमूह हा अद्भुत, अगम्य आणि तेवढ्याच नयनरम्य हिमालयाची साक्ष आहे. या शिखरसमूहाला ऐतिहासिक आणि पौराणिक महत्त्व आहे. गिर्यारोहणाच्या दृष्टीनं इथे अनेक आव्हानं आहेत. सोबतीला इथे असणारा नजारा हा तेवढाच देखणा आहे. पर्यटनाच्या दृष्टीनंदेखील शिखरसमूहाच्या जवळ असणारा भाग वेगानं विकसित होत आहे. पांडवांशी थेट संबंध असल्यानं भावनिकदृष्ट्यादेखील पंचचुलीचं वेगळं महत्त्व आहे. हिमालयातला हा आगळावेगळा शिखरसमूह एकदा तरी बघायला हवा.

पांडवांचा पर्वत : पंचचुली

व्हिडिओ पाहण्यासाठी क्यूआर कोड स्कॅन करा
किंवा लिंकला भेट द्या.

https://youtu.be/NFwfaKFMbUo?si=d04ZZn_UgHGGO_iA

४
भागीरथी : हिमालयातलं नंदनवन

उत्तराखंड राज्यातला गढवाल हिमालय म्हणजे नंदनवनच. इथे वसलेली शिखरं नितांत सुंदर आहेत. विस्तीर्ण पसरलेली, हिमाची दुलई पांघरलेली, कोवळ्या सोनकिरणांना कवेत घेणारी ही शिखरं भारताच्या वैभवशाली इतिहासाची, जडणघडणीची साक्ष देतात. त्यांचं भौगोलिक महत्त्वदेखील वादातीत आहे. या शिखरांमध्ये एक आघाडीचं नाव म्हणजे भागीरथी.

स्वर्गातून पृथ्वीवर गंगा आणणारा राजा म्हणजे भगीरथ. सूर्यवंशी घराण्यातल्या या राजाच्या नावावरून जो पर्वतसमूह ओळखला जातो, तो भागीरथी. हा मुळात चार शिखरांचा समूह आहे. भागीरथी-१ (६,८५६ मीटर), भागीरथी-२ (६,५१२ मीटर), भागीरथी-३ (६,४५४ मीटर) आणि भागीरथी-४ (६,१९३ मीटर) अशी या शिखरांची नावं. ही सर्व शिखरं चारही बाजूंनी विविध हिमनद्यांनी वेढलेली आहेत. पूर्वेला वासुकी, पश्चिमेला गंगोत्री, दक्षिणेला स्वच्छंद तर उत्तरेला चतुरंगी अशा चार हिमनद्या आहेत. यांपैकी गंगोत्री हिमनदी सर्वांत मोठी. या हिमनदीमधूनच पुढे गोमुख तयार होतं आणि तिथून सुरू होते भागीरथी नदी, जी पुढे जवळपास ५०० किलोमीटरचा प्रवास करून देवप्रयागला अलकनंदा नदीशी एकरूप होते अन् गंगामातेचं रूप धारण करते. सियाचीननंतर आशिया खंडातलं सर्वांत मोठी हिमनदी अशी ओळख असलेली गंगोत्री हिमनदी हे

भागीरथी समूहाचं अंतरंग

१. भागीरथी ही गंगा नदीची मुख्य उपनदी असून तिचा उगम गंगोत्री हिमनदीतून होतो.
२. उगमस्थान समुद्रसपाटीपासून सुमारे ३,८९२ मीटर उंचीवर आहे.
३. गंगोत्री हिमनदी सुमारे ३० कि.मी. लांब असून ती भागीरथीला जन्म देते.
४. ऋषिकेश आणि हरिद्वार इथे भागीरथी आणि अलकनंदा मिळून गंगा नदी तयार होते.
५. गंगोत्री मंदिर हे गंगेचं उगमस्थान मानलं जातं आणि ते दहाव्या शतकात बांधलं गेलं.
६. धार्मिक श्रद्धेनुसार, राजर्षी भगीरथाच्या तपश्चर्येमुळे गंगा पृथ्वीवर अवतरली.
७. गंगेचं पाणी पवित्र आणि जीवदायी मानलं जातं. भारतीय संस्कृतीत त्याला अनन्यसाधारण महत्त्व आहे.
८. भागीरथी नदीवर तेहरी धरण बांधण्यात आलं आहे.
९. या परिसरात गिर्यारोहण आणि ट्रेकिंगसाठी गंगोत्री ते गोमुख हा लोकप्रिय मार्ग आहे.
१०. भागीरथी खोऱ्यात समृद्ध धार्मिक परंपरा असून प्रत्येक यात्रेकरूसाठी ते आध्यात्मिक ऊर्जा देणारं केंद्र मानलं जातं.

भागीरथी आणि अर्थात गंगा नदीचा मुख्य स्रोत आहे. ही संपूर्ण हिमनदी भागीरथी पर्वतसमूहाचं विस्तारित रूप वाटावं, एवढं एकरूप झालेलं आहे. म्हणूनच कदाचित या हिमनदीमधून उगम पावणाऱ्या नदीला 'भागीरथी' हे नाव दिलं गेलं असावं. भागीरथी शिखरसमूह आणि गंगोत्री हिमनदी परस्परपूरक आहेत, असं माझं मत आहे. सहा हजार मीटरहून उंच असलेली चार शिखरं आजूबाजूला उभी असल्यानं गंगोत्री हिमनदी विस्तीर्ण असं रूप धारण करू शकली, जे पुढे

२५ कोटींहून अधिक लोकांची जीवनदायिनी असलेल्या गंगा नदीचं मुख्य स्रोत बनलं. मी गेल्या पाच दशकांत अनेक वेळा गंगोत्री इथे गेलो आहे. हिमनदीचं बदलणारं रूप मी अनुभवतो आहे. काही दशकांपूर्वी डोळ्यांत न सामावणारं गंगोत्री हळूहळू विरळ होताना दिसत आहे, त्यामुळे भागीरथी शिखरसमूह तुलनेनं जवळ आल्यासारखा भासतो.

भागीरथी पर्वतसमूह आणि आजूबाजूचा परिसर हा अत्यंत पवित्र मानला जातो. तपोवन परिसर हा अनादी काळापासून ऋषिमुनींच्या तपश्चर्येचं आद्य ठिकाण म्हणून ओळखला जातो. आजही मी जेव्हा तपोवनला जातो, तेव्हा विविध साधू, ऋषी अत्यंत विपरीत हवामानामध्येही दृढ निश्चयानं आपला ध्यास पूर्णत्वाला नेताना दिसतात. या परिसरात गेल्यावर वाटणारी प्रसन्नता ही कदाचित तिथे असणाऱ्या हवेत वर्षानुवर्षं रुळलेली आहे, असं मला नेहमी वाटतं. मी जेव्हा मोहिमेसाठी या परिसरात जातो, तेव्हा इथे असणारी प्रसन्नता आणि सकारात्मकता मला पूर्ण मोहिमेसाठी शिदोरी म्हणून कामी येते, असा माझा अनुभव आहे.

गिर्यारोहणाच्या दृष्टीनंदेखील भागीरथी शिखरसमूह हा नावाजलेला आहे. भागीरथी-१पासून भागीरथी-४पर्यंत चारही शिखरांवर चढाई करणं तसं तांत्रिकदृष्ट्या

अवघड आहे. यात पहिल्या शिखरावर चढाई करताना गिर्यारोहकांचा जास्त कस लागतो. १९८०मध्ये जपानच्या क्योटो विद्यापीठाच्या संघानं दक्षिण-पूर्व धारेनं शिखरावर पहिल्यांदा यशस्वी चढाई केली. यात तब्बल दोन हजार मीटर चढाई ही तंत्रशुद्ध कौशल्यांना पणाला लावणारी होती. आजही भागीरथी-१ या शिखरावर चढाई करण्यासाठी अगदी मोजक्याच गिर्यारोहकांचे पाय वळतात. त्याचं कारण आहे इथली काठिण्य पातळी. त्या मानानं भागीरथी-२ हे शिखर गिर्यारोहकांना लवकर आपलंसं करतं, असं म्हटलं तर वावगं ठरणार नाही. कारण ६,५१२ मीटर उंच असलेल्या या शिखरावर गिर्यारोहकांचा राबता तुलनेनं जास्त आहे. 'गिरिप्रेमी'च्या विविध संघांनी आत्तापर्यंत तीन वेळा भागीरथी-२ या शिखरावर यशस्वी चढाई केली आहे. या शिखरावर पहिली यशस्वी चढाई झाली ती तब्बल नऊ दशकांपूर्वी. १९३३मध्ये, जेव्हा गिर्यारोहण हे फारसं रुळलंदेखील नव्हतं, तेव्हा ऑस्ट्रियन गिर्यारोहक-द्वयी असलेल्या एडी एलमॉथलर आणि टोनी मेसनर यांनी विजयी झेंडा भागीरथी-२ शिखरावर फडकवला होता. त्याच वर्षी ब्रिटिश जोडगोळी कोलिन कर्कस आणि चार्ल्स वॉरन यांनी ६,४५४ मीटर उंच असलेल्या भागीरथी-३ शिखरावर चढाई यशस्वी केली. त्यामानानं भागीरथी-४ हे शिखर तसं दुर्लक्षित राहिलं. उंचीनं कमी असलं, तरी सतत बदलणारं हवामान, तीव्र चढाई मार्ग यांमुळे पहिला यशस्वी समिट अटेम्प्ट आला तब्बल २००९मध्ये, जेव्हा स्लोव्हेनियन

गिर्यारोहक रॉक ब्लॅगस, लूज लिंदीच आणि मार्को प्रॅझ्ॉज यांनी शिखरचढाई यशस्वी केली. याआधी भागीरथी-४ हे शिखर चढण्यासाठी सिल्व्हो कारो आणि मॅटजॅझ जामनिक यांनी तब्बल अकरा अयशस्वी प्रयत्न केले. मात्र त्यांना शिखरमाथ्यानं नेहमी हुलकावणी दिली.

भागीरथी शिखरसमूह हा अत्यंत सुंदर अशा शिखरांनी वेढलेला आहे. एका बाजूला 'वासुकी'सारखा बलाढ्य पर्वत, तर दुसऱ्या बाजूला 'शिवलिंग'सारखे मनमोहक शिखर. आम्ही जेव्हा गढवाल हिमालयातल्या शिखरमोहिमांवर जातो, तेव्हा भागीरथीच्या चार शिखरांचं दर्शन ठरलेलं. 'शिवलिंग' शिखरचढाई करताना कॅंप-१च्या वर गेल्यावर पूर्वेला दिसणारी आणि सकाळच्या कोवळ्या उन्हात न्हालेली चार टोकं, अर्थात भागीरथी शिखरं ही आम्हाला वेगळीच ऊर्जा देतात. गढवाल हिमालयातील तपोवन असो किंवा भोजबासा, ट्रेक करताना भागीरथी शिखरं मन मोहून टाकतात. या परिसरात येणारे गिर्यारोहक असोत वा भाविक यात्रेकरू, भागीरथी पर्वतसमूह बघून हरखून जातात. त्याच्यासमोर नतमस्तक होतात.

निसर्गाचं सुंदर रूप अनुभवण्यासाठी आणि आपल्या देवदेवतांच्या इतिहासातील घटनांची साक्ष अनुभवण्यासाठी जीवनदायिनी गंगामातेच्या उगमासाठी कारणीभूत असलेल्या भागीरथी शिखरांना एकदा तरी 'याची देही याची डोळा' बघायला हवं.

भागीरथी : हिमालयातलं नंदनवन

व्हिडिओ पाहण्यासाठी क्यूआर कोड स्कॅन करा
किंवा लिंकला भेट द्या.

https://youtu.be/aNN5Z_xhE7w?si=kn8sQ18eO_GWrqeL

५

स्वर्गारोहिणी : मार्ग स्वर्गाचा!

वेदर्षी व्यासांनी रचलेलं महाभारत अठरा पर्वांमध्ये विभागलेलं आहे. यातल्या सतराव्या अर्थात महाप्रस्थानिक पर्वामध्ये कुरुक्षेत्रावरच्या लढाईतल्या विजयानंतर पाच पांडव आणि त्यांची पत्नी द्रौपदी संन्यासाची कास धरतात आणि हिमालयात निघून जातात. सत्याच्या मार्गानं त्यांना स्वर्गाचा मार्ग प्राप्त करायचा असतो. मानवी शरीराच्या माध्यमातून स्वर्गात जायचं असेल, तर एकच मार्ग होता. तो मार्ग म्हणजे स्वर्गारोहिणी, जे आज 'स्वर्गारोहिणी ग्लेशियर' म्हणून ओळखलं जातं.

हिमालयात स्वर्गारोहिणी अशी ओळख असणाऱ्या दोन जागा आहेत. एक म्हणजे स्वर्गारोहिणी ग्लेशियर अर्थात हिमनदी आणि दुसरी जागा म्हणजे स्वर्गारोहिणी शिखर किंवा स्वर्गारोहिणी शिखरसमूह. दोन्ही जागा या गढवाल हिमालयातच आहेत. इथल्या स्वरस्वती मॅसिफमध्ये जे बंदरपूंछ नावानंदेखील ओळखलं जातं, त्या ठिकाणी स्वर्गारोहिणी शिखर वसलेलं आहे. खरं तर, हा चार शिखरांचा समूह आहे. यांपैकी स्वर्गारोहिणी-१ हे मुख्य शिखर आहे. या शिखराचेदेखील स्वर्गारोहिणी पश्चिम आणि स्वर्गारोहिणी पूर्व असे दोन भाग आहेत. या दोहोंमध्ये पश्चिम शिखर अगदी पाच मीटरनं उंच आहे. पश्चिम शिखराची उंची ६,२५२ मीटर इतकी असून पूर्व शिखर ६,२४७ मीटर उंच आहे. गिर्यारोहणाच्या दृष्टीनं विचार करता पश्चिम शिखरावरच्या चढाईला प्राधान्य

दिलं जातं. या संपूर्ण परिसराला गिर्यारोहण - ट्रेकिंगसाठी जाणकार गिर्यारोहक आणि ट्रेकर्स प्राधान्य देतात. स्वर्गारोहिणी शिखरावरची पहिली यशस्वी मोहीम झाली ती १९७४मध्ये. स्वर्गारोहिणी-१ शिखराच्या पश्चिम बाजूनं भारताच्या रतन सिंह आणि मोहन सिंह यांच्या समवेत कॅनडाचे पीटर फुहर्मन, ब्रूस मॅकिनॉन, दिलशेर सिंह विर्क आणि इंग्लंडचे चार्ल्स क्लार्क यांनी पहिली चढाई यशस्वी केली. या शिखरांचं दर्शन घेण्यासाठी तुम्हाला केदारकंठसारख्या ट्रेकवर जावं लागतं. इथल्या शिखरमाथ्यावरून तुम्हाला पहाटेच्या वेळी सोनेरी रंगानं उजळून गेलेले स्वर्गारोहिणी शिखरसमूह दिसतात. जर आकाश निरभ्र असेल, तर सांकरी नावाच्या जवळच असलेल्या गावातूनदेखील स्वर्गारोहिणी शिखरांचं दर्शन स्पष्टपणे घडतं. स्वर्गारोहिणी शिखरांसोबतच इथलं बंदरपूछ शिखर, कालानाग

स्वर्गारोहिणीचं अंतरंग

१. स्वर्गारोहिणी पर्वत गढवाल हिमालयातील बंदरपूंछ उपश्रेणीत स्थित आहे.
२. या शिखराची उंची ६,२५२ मीटर आहे.
३. महाभारताच्या कथेनुसार पांडवांनी याच शिखरावरून स्वर्गारोहण केलं.
४. 'स्वर्गारोहिणी' या नावाचा अर्थ 'स्वर्गाकडे नेणारी' असा होतो.
५. या शिखरावर पहिली यशस्वी मोहीम १९७४मध्ये आयटीबीपीच्या पथकानं केली.
६. या परिसरातली हर-की-दून दरी ट्रेकसाठी अत्यंत प्रसिद्ध आहे.
७. स्वर्गारोहिणी परिसर जैवविविधतेनं समृद्ध असून इथे हिमबिबट्या, मोनाल, अस्वल यांसारखे जीव आढळतात.
८. स्थानिक लोकांच्या श्रद्धेनुसार हे शिखर देवांचा मार्ग आहे.
९. गिर्यारोहकांसाठी हा परिसर तांत्रिकदृष्ट्या आव्हानात्मक मानला जातो.
१०. आजही हजारो यात्रेकरू आणि पर्यटक हर-की-दून - स्वर्गारोहिणी मार्ग अनुभवण्यासाठी दरवर्षी येतात.

अर्थात ब्लॅक पीक हीदेखील प्रसिद्ध आहेत. ६,३८७ मीटर उंच असलेलं ब्लॅक पीक हे बंदरपूछ मॅसिफमधील सर्वांत उंच शिखर आहे. हा संपूर्ण परिसर उत्तराखंड राज्यातल्या पश्चिमी गढवाल भागात येतो. हा परिसर गोविंद नॅशनल पार्कचा भाग आहे. इथे जाण्यासाठी वनविभागाच्या, स्थानिक प्रशासनाच्या परवानगीची गरज भासते. काही स्थानिक लोकांचं असं मत आहे की पांडवांनी स्वर्गात जाण्यासाठी जो मार्ग अवलंबला, तो म्हणजे हीच ती चार शिखरं. मात्र त्याला कोणतेही थेट असे संदर्भ सापडत नाहीत. महाभारताशी निगडित असलेला संदर्भ म्हणजे ओसला गावात असलेलं दुर्योधनाचं मंदिर. मात्र पांडवांनी स्वर्गाकडे जाण्यासाठी अवलंबलेला मार्ग म्हणजे ही शिखरं नव्हेत, तर हिमनदी होय.

ही हिमनदी स्वर्गारोहिणी नावाशी निगडित दुसरा भाग. स्वर्गाकडे जाणारा मार्ग म्हणजे स्वर्गारोहिणी, म्हणजे ही हिमनदी. पाच पांडवांनी 'सत्य की पंथ', म्हणजेच सत्याचा मार्ग अवलंबून मनुष्यदेहाच्या मार्गानं स्वर्गलोक गाठण्याचा प्रयत्न केला, मात्र फक्त युधिष्ठिरच यशस्वी ठरला. हा सत्याचा मार्ग म्हणजे आजचे सतोपंथ ग्लेशियर आणि स्वर्गाचा मार्ग म्हणजे स्वर्गारोहिणी ग्लेशियर. याच ठिकाणी असलेलं सतोपंथ सरोवर, ज्याला 'सतोपंथ ताल' असं म्हणतात, विशेष प्रसिद्ध आहे. कधी काळी ब्रह्मा, विष्णू आणि महेश या तिन्ही देवतांनी

या सरोवरामध्ये स्नान केलं होतं. म्हणून या जागेला खूप महत्त्व आणि पावित्र्य आहे. अनेक ट्रेकर्स तर फक्त सतोपंथ तालचं दर्शन घेण्यासाठी येतात. या संपूर्ण मार्गावर महाभारताचे अनेक संदर्भ अनुभवायला मिळतात. रस्त्यात लागणारा भीम पूल, सरस्वती नदी, चक्रतीर्थ इत्यादी तुम्हाला महाभारतातल्या जणू काही गोष्टीच तुमच्यासमोर उलगडतात. बद्रीनाथच्या पूर्वेला असलेल्या माना गावातून पुढे गेल्यावर चौखंबा शिखराच्या बाजूनं असा एक भौगोलिक प्रदेश आहे, जिथे हिमनदी सतोपंथ सरोवरामध्ये विलीन होते. हा संपूर्ण भाग असा भासतो, जसं काही सतोपंथ इथून स्वर्गारोहिणी हिमनदीच्या माध्यमातून पायऱ्या तयार झाल्या आहेत. त्या पुढे अतिउंच शिखरांमध्ये, गडद ढगांमध्ये विलीन होतात. त्यामुळेदेखील याला 'स्वर्गाचा मार्ग' असं म्हणतात.

या आधी उल्लेख केल्याप्रमाणे हिमालय हा भारताच्या, आपल्या भारतीय संस्कृतीच्या जाज्वल्य इतिहासाचे पुरावे आणि संदर्भ देणारा एक महत्त्वाचा भौगोलिक प्रदेश आहे. हिमालयाच्या कोणत्याही कोपऱ्यात जा, इथे असणारी मंदिरं, विविध भौगोलिक रचना या इतिहासाची साक्ष देतात. स्वर्गारोहिणी हा त्यांतलाच एक भाग. तुमची रुची इतिहासात असो वा भूगोलात, हिमालय तुम्हाला आश्चर्यचकित केल्याशिवाय, संमोहित केल्याशिवाय सोडणारच नाही. स्वर्गारोहिणी हिमनदी बघतानादेखील तुमच्या अशाच भावना जागृत होतील. तुम्ही इथला नजारा बघून हरखून जाल अन् इथल्या निसर्गाच्या रूपाला नक्कीच सलाम कराल, याची मला खात्री आहे.

स्वर्गारोहिणी : मार्ग स्वर्गाचा!

व्हिडिओ पाहण्यासाठी क्यूआर कोड स्कॅन करा
किंवा लिंकला भेट द्या.

https://youtu.be/ttI8uS2iwSI?si=KrCS1eV9w3ov1_Fr

भाग २

जगप्रसिद्ध शिखरं

हिमालयाचा उल्लेख झाला की डोळ्यांसमोर सर्वप्रथम उभी राहतात त्याची उंच शिखरं. जगातील सर्वोच्च, भव्य आणि थरारक शिखरं या पर्वतरांगेत आहेत. मानवी साहसाची खरी कसोटी याच ठिकाणी लागते. एव्हरेस्टसारखं पृथ्वीवरचं सर्वोच्च शिखर, के-२सारखं पहिल्यापेक्षाही कठीण शिखर, अन्नपूर्णासारखी भीषण आव्हान देणारी पर्वतरांग, नंगा पर्बतचा 'किलर माउंटन' म्हणून ओळखला जाणारा इतिहास, नंदादेवीचं अप्रतिम सौंदर्य, कामेटचं भौगोलिक महत्त्व, सतोपंथचं अध्यात्माशी असलेलं नातं, मकालूचं भव्य वैभव आणि कांचनजुंगाचं पूर्व हिमालयातलं अधिराज्य - ही शिखरं हिमालयाला वेगळं वैशिष्ट्य देतात.

या प्रत्येक शिखराला स्वत:ची स्वतंत्र कहाणी आहे. काहींनी शेकडो गिर्यारोहकांना आकर्षित केलं, काहींनी असंख्य जीव घेतले, तर काहींनी संस्कृती आणि अध्यात्माला आकार दिला. उदाहरणार्थ, एव्हरेस्ट फक्त उंचीनं सर्वोच्च नाही; तर मानवी चिकाटी, इच्छाशक्ती आणि संघभावनेचं प्रतीक आहे. के-२वर पोहोचणं हे गिर्यारोहकांसाठी अंतिम कसोटी मानलं जातं. अन्नपूर्णा मोहिमा नेहमीच जीवघेण्या ठरल्या, तर नंगा पर्बतचा इतिहास अपयशांनी, शोकांतिकांनी भरलेला आहे. नंदादेवीचं नैसर्गिक सौंदर्य भारतीय उपखंडात अतुलनीय आहे. कामेटचं भौगोलिक महत्त्व, सतोपंथचं साहस आणि अध्यात्म यांचं मिश्रण, मकालूचं भव्यत्व आणि कांचनजुंगाचं सांस्कृतिक तेज यांमुळे ही शिखरं अविस्मरणीय ठरतात. श्रद्धा, साहस आणि मानवी धैर्य या सर्वांचा संगम या पर्वतरांगेत दिसून येतो.

६

रूप नवं, एव्हरेस्टचं!

पर्वतांचा हिमालय म्हणून आपण विविध हिमशिखरं, त्यांच्या सान्निध्यात वाढणाऱ्या हिमनद्या आणि इतर बरंच काही जाणून घेण्याचा प्रयत्न करत आहोत. हिमालयाची रूपं अनेक आहेत. त्यांची ओळख ही अशाच वेगवेगळ्या रूपांमधून केली जाते. त्यांतली सर्वांत ठळक ओळख म्हणजे माउंट एव्हरेस्ट. हिमालयातलंच नव्हे, तर जगातलं सर्वोच्च शिखर. ज्या शिखरानं अवघ्या जगाला भुरळ घातली आहे, असा एव्हरेस्ट. 'पर्वतांचा हिमालय' जाणून घेताना एव्हरेस्टविषयी तर बोलायलाच हवं. त्यासाठी कारणदेखील खास आहे. ते म्हणजे 'जागतिक एव्हरेस्ट दिवस!'

७१ वर्षांपूर्वी, २९ मे १९५३ रोजी सर एडमंड हिलरी आणि शेर्पा तेनसिंग नोर्गे यांनी जगातलं सर्वोच्च शिखर असलेल्या माउंट एव्हरेस्ट शिखरावर पहिलं मानवी पाऊल ठेवलं आणि इतिहास रचला. तेव्हापासून आजपर्यंत ९ हजारपेक्षा जास्त वेळा एव्हरेस्टवर मानवी पाऊल पडलं आहे. दोनच आठवड्यांपूर्वी कामी रिता शेर्पा यांनी विश्वविक्रमी एकोणतिसाव्या वेळा शिखरचढाई केली आहे. सात दशकांमध्ये गिर्यारोहणाची परिमाणं बदलली, आधुनिक विज्ञानानं गिर्यारोहकांची आव्हानं काहीशी सुकर केली; तरी एव्हरेस्ट हे एव्हरेस्टच आहे. ८,८४८ मीटर उंच, हवेतलं ऑक्सिजनचं प्रमाण १-२ टक्के इतकं विरळ, हाडं गोठवणारी थंडी, सोसाट्याचा वादळी वारादेखील फिका वाटावा इतक्या जोरात वाहणारे जेट

स्ट्रीम्स; यांमुळे एव्हरेस्ट चढाई ही कठीण आहेच. सात दशकांपूर्वी अशा अज्ञात प्रदेशात, सर्व आव्हानांवर मात करत, चित्त एकाग्र ठेवत एव्हरेस्टवरची पहिली यशस्वी चढाई झाली. या चढाईचं महत्त्व हे त्यामुळेच अधिकच अधोरेखित होतं. या चढाईचं 'सेलिब्रेशन' करण्यासाठी २९ मे हा दिवस जगभरातील गिर्यारोहक आणि डोंगरप्रेमी 'जागतिक एव्हरेस्ट दिवस' म्हणून साजरा करतात. संयुक्त राष्ट्रसंघानंदेखील या दिवसाला मान्यता दिली आहे. या दिवसानिमित्त विविध उपक्रम एव्हरेस्ट बेस कँपपासून जगातल्या कानाकोपऱ्यापर्यंत जल्लोशात साजरे केले जातात. एव्हरेस्ट बेस कँपनजीक तर चक्क मॅरेथॉन स्पर्धा आयोजित केली जाते. या दिवसाचं अन् एव्हरेस्टचं महत्त्व वलयांकित आहे. आम्ही, म्हणजेच 'गिरिप्रेमी' संस्थेनंदेखील एव्हरेस्ट शिखरावर चढाई केली आहे. संस्थेत एक-दोन नव्हे, तर तेराहून अधिक एव्हरेस्ट शिखरवीर आहेत. २०१२मध्ये पहिल्यांदा आठ गिर्यारोहकांनी चढाई करून एव्हरेस्ट शिखरावरच्या यशस्वी झालेल्या मोहिमांमध्ये भारतातली सर्वांत मोठी नागरी मोहीम बनण्याचा मान मिळवला. एव्हरेस्ट हा एक असा विषय आहे, की ज्यावर अनेक खंड लिहिले तरी तो संपणार नाही. मीदेखील आजवर एव्हरेस्ट शिखरावरची चढाई, तिथला इतिहास, शिखराच्या नामकरणाची रंजक कहाणी, तिथला कचरा, पर्यावरणीय परिणाम अशा नानाविध विषयांवर लेख

एव्हरेस्टचं अंतरंग

१. एव्हरेस्टची अधिकृत उंची ८,८४८.८६ मीटर (२९,०३२ फूट) आहे.
२. एव्हरेस्ट नेपाळमध्ये 'सागरमाथा' या नावानं आणि तिबेटमध्ये 'चोमोलुंग्मा' या नावानं ओळखला जातो.
३. ब्रिटिश सर्व्हेअर जॉर्ज एव्हरेस्ट यांच्या नावावरून या शिखराला 'माउंट एव्हरेस्ट' हे नाव देण्यात आलं.
४. जगातले पहिले यशस्वी आरोहक एडमंड हिलरी (न्यूझीलंड) आणि तेनसिंग नोर्गे (भारत/नेपाळ) होते - २९ मे १९५३.
५. एव्हरेस्ट मोहिमेसाठी दोन प्रमुख मार्ग आहेत - दक्षिणेकडचा नेपाळमार्ग आणि उत्तरेकडचा तिबेटमार्ग.
६. दरवर्षी साधारण ६००हून अधिक गिर्यारोहक एव्हरेस्टवर चढाई करतात.
७. आजवर पाच हजारपेक्षा जास्त गिर्यारोहकांनी यशस्वीपणे एव्हरेस्टवर चढाई केली आहे.
८. एव्हरेस्ट मोहिमेत आजवर तीनशेहून अधिक मृत्यू झाले असून अनेकांचे मृतदेह अजूनही शिखरावर आहेत.
९. सर्वांत तरुण यशस्वी आरोहक जॉर्डन रोमेरो (१३ वर्षं, अमेरिका, २०१०)
१०. सर्वांत ज्येष्ठ यशस्वी आरोहक - यूइचिरो मियुरा (८० वर्षं, जपान, २०१३)

लिहिले आहेत. रेडिओ, टीव्ही माध्यमांवर मुलाखती अन् विशेष कार्यक्रमांच्या निमित्तानं एव्हरेस्टची विविध रूपं उलगडली आहेत. आमच्या एव्हरेस्ट मोहिमेचा सर्व प्रवासदेखील आम्ही पुस्तकरूपातून शब्दबद्ध केला आहे. हे सगळं लिहिलं, बोललं, चर्चिलं जात असताना एव्हरेस्टची चढाई, तिथली आव्हानं अशा विषयांवर बोललं जातं; मात्र हिमालयाचं आणि समुद्राचं नातं हे फार क्वचितच चर्चिलं जातं किंवा अधोरेखित होतं.

आश्चर्य वाटेल, पण एव्हरेस्ट शिखराचा माथा हा एके काळी समुद्राचा भाग होता. हा इतिहास आहे तब्बल पाच करोड वर्षांपूर्वीचा! आजचे भारतीय उपखंड तेव्हा आफ्रिकेला लागून होते. लाखो वर्षं चालणाऱ्या हालचालींमुळे भारतीय खंड युरोशियन खंडाकडे सरकत गेला आणि जेव्हा या दोन खंडांची टक्कर झाली, तेव्हा त्यातून उंचच उंच पर्वतरांग तयार झाली. ही पर्वतरांग म्हणजे हिमालय. त्याआधी या दोन खंडांमध्ये महाकाय समुद्र होता. दोन खंडांच्या धडकेमुळे समुद्र तर लोप पावला, मात्र त्याचं अस्तित्व आजही हिमालयात टिकून आहे; अगदी एव्हरेस्ट जवळदेखील. ८,८४८ मीटर उंच असलेल्या एव्हरेस्ट शिखराच्या नेपाळ देशाच्या बाजूनं जी शिखरचढाई होते, त्या शिखरचढाई मार्गावर चार कँप लावले जातात. यांतल्या तिसऱ्या आणि चौथ्या कँपच्या दरम्यान तब्बल ७,२०० ते ७,४०० मीटर उंचीच्या पट्ट्यात एक पिवळ्या रंगाचा, अगदी टणक असा दगडांचा पट्टा आहे. इतरत्र सर्वत्र शुभ्र हिमानं नटलेल्या पर्वतावर हा पिवळा पट्टा उठून दिसतो. पहिल्यांदा कोणताही गिर्यारोहक जेव्हा इथे जातो, तेव्हा हा नजारा पाहून हरखून जातो. चुनखडीच्या कुटुंबातले दगड इथे असल्यानं हा पट्टा पिवळा दिसतो, म्हणूनच याचं नामकरणदेखील 'यलो बँड' असं केलेलं आहे. खरं तर, चुनखडीचा मूळ प्रदेश हा समुद्र. आठ हजारपेक्षा अधिक उंचीवर चुनखडी तयार होण्यासाठी पोषक वातावरणदेखील नाही, तर एव्हरेस्टच्या कवेत चुनखडी दिसते; कारण लाखो वर्षांपूर्वी हिमालयाच्या निर्मितीच्या वेळी लोप पावलेला समुद्र आणि त्यातले घटक हे विविध रूपांत हिमालयात दडलेले आहेत. इतकंच काय, तर शास्त्रज्ञांनी समुद्रातले

दगड आणि एव्हरेस्ट शिखरमाथ्यावरचे दगड यांचा शास्त्रीय तुलनात्मक अभ्यास केला आणि काही प्रमाणात त्यांत साधर्म्य आढळून आलं. त्यामुळे आज जगातलं सर्वोच्च शिखर असं बिरुद मिरवणारं एव्हरेस्ट एके काळी समुद्राच्या तळाचा भाग होतं. जेव्हा गिर्यारोहक एव्हरेस्ट शिखरमाथ्यावरून चुनखडी दगड घेऊन आले, तेव्हा त्यांचं साधर्म्य हे समुद्रतळातल्या दगडांशी जुळून आलं. या दगडाचं नामकरण 'चोमोलुंग्मा लाइमस्टोन' असं करण्यात आलं. स्थानिक नेपाळी भाषेत 'चोमोलुंग्मा' शब्दाचा अर्थ 'जगन्माता', अर्थात एव्हरेस्ट! या दगडाचं जेव्हा पृथक्करण करण्यात आलं; तेव्हा ट्रायलोबाइट्स, ब्रॅकिओपॉड्स, ऑस्ट्रॅकोड्स आणि क्रिनॉइड्स नावाचे जीवाश्म आढळून आले. हे जीवाश्म समुद्रतळाशी आढळून येतात. समुद्रात आढळणारे शंख-शिंपले आणि त्याच्याशी साधर्म्य साधणारे जीवाश्म मी अनेकदा हिमालयाच्या अनेक कोपऱ्यांमध्ये पाहिले आहेत. थोडक्यात, लाखो वर्षांपूर्वी झालेल्या भौगोलिक बदलांचे परिणाम आजही दिसून येतात.

समुद्रसपाटीपासून तब्बल ८,८४८ मीटर म्हणजे जवळजवळ नऊ किलोमीटर उभे उंच असलेल्या ठिकाणी समुद्राचे अवशेष आढळून येणं, ही खरंच निसर्गाची किमया आहे. ही किमया एव्हरेस्टपासून छोट्यात छोट्या हिमालयातल्या टेकडीवर आढळून येते. गिर्यारोहणाच्या, ट्रेकिंगच्या माध्यमातून आम्ही हा अनुभव घेतच असतो. समुद्राशी असलेल्या एव्हरेस्टच्या या नात्याचं प्रतीक म्हणून शिखरमाथ्यावरून एक छोटा दगड आम्ही घेऊन आलो होतो, जो आजही 'गिरिप्रेमी'च्या कार्यालयात खास फ्रेम करून ठेवला आहे.

रूप नवं, एव्हरेस्टचं!

व्हिडिओ पाहण्यासाठी क्यूआर कोड स्कॅन करा
किंवा लिंकला भेट द्या.

https://youtu.be/2AuzZ8kSdb0?si=9vdU_kPG_qT7gGPF

७

नंगा पर्बतचं वैविध्य!

हिमालय सर्वदूर पसरलेला आहे. भारताच्या वायव्येला काराकोरम पर्वतरांगेपासून थेट ईशान्येला अरुणाचल प्रदेशपर्यंत. हिमालयातील एक-एक शिखर वा शिखरसमूह हा पीएच.डी.चा विषय आहे, एवढं वैविध्य इथे आहे. अष्टहजारी म्हणजेच ज्यांची उंची आठ हजार मीटरपेक्षा अधिक उंचीची शिखरं जगात फक्त हिमालयात आहेत. एक-दोन नव्हे, तब्बल चौदा! या चौदा शिखरांपैकी पाच भारताच्या अतिउत्तरेला असलेल्या काश्मीरमध्ये, जो सध्या अनधिकृतपणे पाकिस्तानच्या ताब्यात आहे, आहेत. याला आपण पाकव्याप्त काश्मीर म्हणतो. इथे के-२, नंगा पर्बत, ब्रॉड पीक, गशेरब्रुम-१ आणि गशेरब्रुम-२ अशी पाच अष्टहजारी शिखरं आहेत. यांपैकी प्रत्येक शिखराचं वैशिष्ट्य अन् वैविध्य वेगळं आहे. यांतील एक शिखर म्हणजे नंगा पर्बत!

या शिखराचं 'नंगा पर्बत' असं नामकरण झालं ते इथल्या भौगोलिक परिस्थितीमुळे. इतक्या उंचीवर असलेल्या शिखरांवर सहसा हिमाचा थर असतो, मग तो ऋतू कोणताही असो. इथे मात्र परिस्थिती वेगळी आहे. नंगा पर्बत अगदी काटकोनात उभा राहावा असा पर्वत आहे. टेक्टॉनिक प्लेट्सच्या धडकेमुळे हिमालय पर्वताची निर्मिती झाली, याचे ठळक पुरावे इथे दिसतात. शिखराच्या वरचा भाग ग्रॅनाईटनं बनलेला आहे. इथे सहसा हिम साचत नाही, म्हणून दगडी कातळ पर्वत उघड्या डोळ्यांनी दिसतो. इतर पर्वतांच्या तुलनेत हे शिखर उघडं भासतं, म्हणून

याचं बोली भाषेतलं नाव पडलं 'नंगा पर्बत'. ते तसंच पुढे इंग्रजीतदेखील रूढ झालं. स्थानिकांसाठी हे पर्वतशिखर देवासमान आहे. याला ते 'देओमीर' असं म्हणतात, ज्याचा अर्थ होतो देवांचं शिखर!

नावापासून वेगळेपण असलेला हा पर्वत पाकव्याप्त काश्मीरमध्ये गिलगिट-बाल्टिस्तान इथे असलेल्या हिमालयाच्या अतिउत्तरेकडच्या भागामध्ये वसलेला आहे. ८,१२६ मीटर उंच असलेलं हे शिखर उंचीनुसार जगातलं नववं शिखर आहे. कोणत्याही मोसमामध्ये चढाईसाठी अत्यंत कठीण शिखर म्हणून नंगा पर्बतचा लौकिक आहे. १८९५पासून, म्हणजे जेव्हापासून हे पर्वतशिखर चढण्याचे प्रयत्न करायला

नंगा पर्बताचं अंतरंग

१. नंगा पर्बतची उंची ८,१२६ मीटर (२६,६६० फूट) आहे.
२. हा पर्वत पाकिस्तानच्या गिलगिट-बाल्टिस्तान प्रदेशात स्थित आहे.
३. 'नंगा पर्बत' या नावाचा अर्थ संस्कृतमध्ये 'नग्न पर्वत' असा होतो.
४. जर्मन मोहिमांच्या प्रयत्नांमुळे १९३०-४०च्या दशकात याला 'जर्मन माउंटन' म्हणून ओळखलं जात होतं.
५. पहिली यशस्वी चढाई हर्मन बुल (ऑस्ट्रिया, १९५३) यांनी केली.
६. हर्मन बुल यांनी ऑक्सिजनशिवाय शिखर गाठलं, हे तेव्हाचं अद्वितीय यश होतं.
७. नंगा पर्बतला 'किलर माउंटन' म्हणून ओळखलं जातं, कारण मोहिमांमध्ये सुरुवातीच्या काळात मोठ्या प्रमाणावर मृत्यू झाले.
८. या पर्वतावर ३० टक्क्यांपेक्षा जास्त अपयश दर आहे, जो हिमालयातल्या सर्वाधिक धोकादायक पर्वतांपैकी एक मानला जातो.
९. नंगा पर्बतवर सर्वांत अवघड मानला जाणारा मार्ग म्हणजे रुपाल फेस, जो जगातल्या सर्वांत उंच, सरळ खड्या भिंतींपैकी एक आहे.
१०. प्रसिद्ध गिर्यारोहक राईनहोल्ड मेसनर यांचा भाऊ गुंथर यांचा मृत्यू नंगा पर्बतवरील मोहिमेत (१९७०) झाला होता.

सुरुवात झाली, तेव्हापासून या शिखरावर अनेक गिर्यारोहकांचे मृत्यू झाले. म्हणून गिर्यारोहण जगतामध्ये माउंट नंगा पर्बत हा 'मृत्यू पर्बत' म्हणूनदेखील ओळखला जातो. या पर्वतशिखरावर चढाई करताना अत्यंत कठीण कड्यांवरून किंवा ८० ते ९० अंश कोनातील बर्फ आणि दगडांनी व्यापलेल्या कठीण भिंतींवरून चढाई करावी लागते. गिर्यारोहकांसाठी नंगा पर्बत हे नेहमीच मोठं आव्हान ठरलं आहे. राईनहोल्ड मेसनर (सर्व १४ अष्टहजारी शिखर मोहिमा यशस्वी करणारा जगातला पहिला गिर्यारोहक) आणि त्याचा भाऊ गुंथर मेसनर यांनी नंगा पर्बत चढताना रुपाल फेस या मार्गाचा वापर केला. उतरताना हवामान कमालीचं खराब झाल्यानं त्यांनी ममरी रिजहून उतरायला सुरुवात केली, मात्र ममरी रिजच्या तीव्रतेमुळे आणि सततच्या हिमप्रपातामुळे गंथर मेसनर यांना जीव गमवावा लागला. त्यानंतर २०१३मध्ये नार्दीनं फ्रेंच गिर्यारोहक एलिझाबेथ रेव्होलच्या साथीनं याच मार्गानं चढाईचा प्रयत्न केला होता, जो असफल ठरला. नंगा पर्बत शिखराची चढाई आहेच अशी आव्हानात्मक!

नंगा पर्बत शिखराचा रुपाल फेस हा प्रसिद्ध आहे. जवळपास ४,६०० मीटर उंच असलेला फेस हा जगातला सर्वांत मोठा 'रॉकफॉल फेस' आहे. सरळसोट उभ्या ग्रॅनाईटच्या भिंतीमुळे तुलनेनं कमी हिम असतं. असलंच तर ते टणक प्रकारातलं असतं. या सरळ दगडी भिंतीच्या खाली विस्तीर्ण पसरलेली हिमनदी आहे. त्यामुळे गिर्यारोहक जेव्हा इथे चढाई करतात, तेव्हा त्यांचा कस लागतो. आजूबाजूला दिसणारं दृश्य हे मात्र डोळे दिपवणारं असतं, असं गिर्यारोहक सांगतात. भौगोलिकदृष्ट्या नंगा पर्बतचं वैविध्य हे अलौकिक आहे, हे तेवढंच खरं.

नंगा पर्बत शिखराशी गिर्यारोहण क्षेत्राची एक कटू आठवण जोडली गेली आहे. हे पर्वतशिखर पाकव्याप्त काश्मीरमध्ये असलेल्या इतर चार शिखरांपेक्षा थोडंसं

पश्चिम दिशेला आहे. तुलनेनं मानवी वस्ती इथल्या बेस कँपहून जवळ आहे. हा संपूर्ण परिसर सुरक्षेच्या दृष्टीनं थोडासा अस्थिर आहे. २०१३मध्ये जून महिन्यात जेव्हा या शिखरावर चढाईमोहीम चालू होती; तेव्हा बेस कँपवर चीन, स्लोव्हेकिया, नेपाळ, युक्रेन, लुथेनिया इत्यादी देशांतले दहाहून अधिक गिर्यारोहक होते आणि सोबतीला स्थानिक गाईडदेखील होते. मोहीम चालू असताना पोलिसांच्या वेषात काही लोक इथे आले आणि त्यांनी सर्व गिर्यारोहकांवर प्रश्नांची सरबत्ती केली. गिर्यारोहक काहीही म्हणो, त्या लोकांनी सर्व गिर्यारोहकांना बांधलं आणि नंतर एक-एक करून सगळ्यांना मारून टाकलं. असं कृत्य करणारे लोक हे पाकिस्तान-तालिबान संघटनेचे दहशतवादी होते. आंतरराष्ट्रीय गिर्यारोहकांना मारून जगाचं लक्ष त्यांना वेधून घ्यायचं होतं. या घटनेत दहा गिर्यारोहकांचा आणि एका स्थानिक गाईडचा मृत्यू झाला. संपूर्ण गिर्यारोहण जगतासाठी हा खूप मोठा धक्का होता. गिर्यारोहकांची सुरक्षा आणि पाकव्याप्त काश्मीरची अस्थिर परिस्थिती या घटनेमुळे पुन्हा चर्चिली गेली. या घटनेचा परिणाम इतका आहे, की आजही पाकव्याप्त काश्मीरमध्ये गिर्यारोहणासाठी जाणाऱ्या गिर्यारोहकांची संख्या ही नेपाळ अथवा भारतीय हिमालयाला भेट देणाऱ्या गिर्यारोहकांपेक्षा लक्षणीयरीत्या कमी आहे. पाकव्याप्त काश्मीरमध्ये असल्यानं इथे जाण्यास भारतीय गिर्यारोहकांना अर्थातच बंदी आहे. येत्या काळात जर काही राजकीय बदल घडले, तर कदाचित भारतीय गिर्यारोहकदेखील आपल्या हक्काच्या शिखरांवर चढाई करू शकतील.

नंगा पर्बतचं नाव, त्याचं रूप, त्याची चढाई, त्याचा इतिहास, त्याचा भूगोल अन् त्याचं भविष्य हे सर्व काही वेगळंच आहे. या पर्वताच्या दर्शनासाठी जेव्हा संधी मिळेल, तेव्हा माझ्यासारखा गिर्यारोहक नक्कीच चुकवणार नाही.

नंगा पर्बतचं वैविध्य!

व्हिडिओ पाहण्यासाठी क्यूआर कोड स्कॅन करा
किंवा लिंकला भेट द्या.

https://youtu.be/A89pkxNkn5k?si=l5p2O-NG2Cys_Ju5

प्रकरण ८

अन्नपूर्णा प्रसन्न!

जेव्हा भोजन रुचकर होतं, तेव्हा 'जेवण बनवणाऱ्या व्यक्तीवर अन्नपूर्णा प्रसन्न आहे' असं आपण म्हणतो. कारण अन्नपूर्णा म्हणजे अन्नाची, भोजनाची देवता. अन्नपूर्णेशिवाय हे जग भुकेनं नष्ट होईल, अशी हिंदू धर्मपद्धतीमध्ये समजूत आहे. या अन्नपूर्णा देवतेचा अधिवास हिमालयातील 'अन्नपूर्णा शिखरसमूहा'मध्ये आहे, अशी आख्यायिकादेखील सांगितली जाते.

नेपाळ हिमालय म्हणून ओळखल्या जाणाऱ्या हिमालयात 'अन्नपूर्णा हिमाल' नावाची विस्तीर्ण पर्वतरांग आहे. या रांगेत एकूण सोळा अशी शिखरं आहेत, ज्यांची उंची सहा हजार मीटरपेक्षा जास्त आहे; तर तेरा शिखरं अशी आहेत, ज्यांची उंची सात हजार मीटरपेक्षा जास्त आहे. 'अन्नपूर्णा-१' हे असं एकमेव शिखर आहे, ज्याची उंची आठ हजारपेक्षा अधिक, म्हणजेच ८,०९१ मीटर उंच आहे. उंचीनुसार 'अन्नपूर्णा-१'चा जगामध्ये दहावा नंबर लागतो. एकूण एकोणीस शिखरांनी वेढलेल्या या प्रदेशाला 'अन्नपूर्णा मॅसिफ' असं म्हणतात. हा मॅसिफ तब्बल ५५ किलोमीटर लांब असून गंडकी आणि मार्श्यंगदी या नद्यांच्या मूळ हिमनद्यांनी वेढलेला आहे. ७,६३९ वर्ग कि.मी. क्षेत्रफळ असलेला परिसर निसर्गदत्त देणगीप्राप्त आहे, असं म्हटलं तरी वावगं ठरणार नाही. जैवसंवर्धन परिसर म्हणून नावलौकिक असलेला हा प्रदेश नेपाळमधला सर्वांत पहिला आणि सर्वांत मोठा जैवसंवर्धन परिसर मानला

जातो. याच क्षेत्रात अन्नपूर्णा अभयारण्य असून इथला अन्नपूर्णा सर्किट ट्रेक विशेष प्रसिद्ध आहे. इथली गंडकी नदी पुढे जाऊन गंगा नदीला मिळते. अन्नपूर्णा आणि धौलागिरी (८,१६७ मीटर उंचीचं आणि जगातील सातवं उंच शिखर) यांच्यामधून वाहणारी गंडकी ही जगातली एकमेव नदी आहे, ज्याला दोन अष्टहजारी शिखरांनी वेढलेलं आहे. गंडकी नदी ही नेपाळमधली सर्वांत जास्त खोली असणारी नदी असून या नदीचं पाणी मातकट रंगाचं दिसतं. तसंच या नदीचा वाहण्याचा प्रवाह हा विविध दऱ्याकपाऱ्यांतून जातो. अशा विविध नैसर्गिक गुणांमुळे 'अमोनाईट फॉसिल्स'ने बनलेले दगड या नदीत मोठ्या प्रमाणात सापडतात. हे दगड म्हणजे शाळिग्राम, ज्यामध्ये भगवान विष्णूचा अंश असतो, अशी भावना हिंदू धर्मामध्ये आहे.

गिर्यारोहण विश्वात अन्नपूर्णा शिखर, विशेषत: 'अन्नपूर्णा-१' हे अष्टहजारी शिखर विशेष प्रसिद्ध आहे. इथे सततचे होणारे हिमप्रपात, अतिशय तीव्र धारांचा चढाईमार्ग यांमुळे अन्नपूर्णा-१ या शिखरावर चढाई करणं अत्यंत धोक्याचं आहे. आत्तापर्यंत २६०च्या आसपास गिर्यारोहकांनी माउंट अन्नपूर्णा-१ शिखरावर यशस्वी चढाई केली आहे. उपलब्ध माहितीवरून समोर आलेले आकडे असं दर्शवतात की, मार्च २०१२पर्यंत एकूण १९१ गिर्यारोहकांनी शिखरमाथ्यावर यशस्वी चढाई केली; मात्र त्याच वेळेस ५२ गिर्यारोहकांना शिखरचढाई करताना, तर नऊ गिर्यारोहकांना शिखर चढाईनंतर उतरताना आपला जीव गमवावा लागला आहे. दर १०० यशस्वी चढायांमागे ३४ गिर्यारोहकांवर मृत्यू ओढवले आहेत. चौदा अष्टहजारी शिखरांवरील मोहिमांच्या तुलनेमध्ये हा आकडा सर्वांत जास्त आहे. असं असलं, तरी चौदा अष्टहजारी शिखरांपैकी पहिली यशस्वी मोहीम माउंट अन्नपूर्णा-१वर झालेली आहे. ३ जून १९५० रोजी फ्रेंच गिर्यारोहक मॉरिस हेर्झोग आणि लुईस लॅशेनल यांनी माउंट अन्नपूर्णा-१ शिखरावर यशस्वी चढाई केली. अन्नपूर्णा शिखराचा चढाईमार्ग हा अस्थिर मानला जातो. कारण हिमप्रपातांमुळे काही क्षणांत इथली भौगोलिक परिस्थिती बदलते.

आम्ही गिर्यारोहक जेव्हा शिखर चढाई करतो, तेव्हा शेर्पा गिर्यारोहकांच्या मदतीनं आधी चढाई-उतराईचा मार्ग निश्चित करतो. या मार्गावर दोरखंड बसवला जातो आणि त्याच्या आधारे चढाई-उतराई होते. मात्र जेव्हा हिमप्रपात होतो, तेव्हा त्यात हे दोरखंड कधीकधी हरवतात, त्यामुळे गिर्यारोहकांना मार्ग सापडत नाही. त्यात चहूबाजूंनी असलेलं हिम, अतिउंचीमुळे शरीराला कमी प्रमाणात होणारा ऑक्सिजनचा पुरवठा यांमुळे गिर्यारोहकांना मार्ग शोधणं अवघड जातं. यांमुळे

अन्नपूर्णा शिखराचं अंतरंग

१. अन्नपूर्णा-१ची उंची ८,०९१ मीटर (२६,५४५ फूट) आहे.
२. हे जगातलं दहाव्या क्रमांकाचं उंच शिखर आहे.
३. नेपाळच्या हिमालयात, पोखरा खोऱ्याजवळ अन्नपूर्णा पर्वतरांग आहे.
४. पहिली यशस्वी चढाई १९५०मध्ये मॉरिस हर्जोग आणि लुई लाचेनल (फ्रान्स) यांनी केली.
५. अन्नपूर्णा हा पहिला यशस्वी अष्टहजारी पर्वत ठरला.
६. अन्नपूर्णा मोहिमांचा मृत्यूदर सरासरी ३२ टक्के इतका आहे - जगातल्या सर्वांत धोकादायक पर्वतांपैकी एक.
७. अन्नपूर्णा पर्वतरांग अनेक शिखरांनी बनलेली आहे - अन्नपूर्णा-१, २, ३, ४ आणि गंगापूर्ण.
८. अन्नपूर्णा बेस कँप ट्रेक जगात सर्वाधिक लोकप्रिय ट्रेक्सपैकी एक आहे.
९. 'अन्नपूर्णा' या नावाचा अर्थ संस्कृतमध्ये 'धान्याने समृद्ध' किंवा 'अन्न देणारी देवी' असा होतो.
१०. आजवर फक्त काही शे गिर्यारोहकांनीच अन्नपूर्णा-१ शिखरावर यशस्वीपणे चढाई केली आहे.

गिर्यारोहकांवर कधीकधी मृत्यूदेखील ओढवतो. सुदैवाने 'गिरिप्रेमी'ची अन्नपूर्णा शिखर मोहीम अत्यंत सुरक्षितपणे पार पडली. २०२०मध्ये एप्रिल महिन्यात 'गिरिप्रेमी'चा संघ 'अन्नपूर्णा-१' शिखर मोहिमेसाठी जाणार होता, मात्र मार्चमध्ये पुण्याहून नेपाळला जाण्यापूर्वी कोरोना विषाणूचा प्रादुर्भाव आणि लॉकडाउन यांच्यामुळे मोहीम अनिश्चित काळासाठी पुढे ढकलण्यात आली होती. सुदैवानं एप्रिल २०२१मध्ये आम्ही पुन्हा 'अन्नपूर्णा-१' मोहिमेकरता येऊ शकलो. त्याही वेळी कोरोनाचा प्रादुर्भाव मोठ्या प्रमाणावर होता. सगळीकडे सगळं नकारात्मक वातावरण होतं. या नकारात्मक वातावरणात सकारात्मकतेची हळुवार फुंकर घालण्याचा प्रयत्न आम्ही या मोहिमेच्या यशस्वीतेतून केला होता. १६ एप्रिल २०२१ रोजी 'गिरिप्रेमी'चे गिर्यारोहक भूषण हर्षे, जितेंद्र गवारे आणि डॉ. सुमीत मांदळे यांनी भारताचा तिरंगा

'अन्नपूर्णा-१' शिखरावर फडकवला. जशी अन्नपूर्णा देवता ही सर्वांनाच प्रसन्न होत नाही; त्यासाठी पाककलेचं विशेष कौशल्य असावं लागतं, सराव करावा लागतो आणि संयम ठेवावा लागतो. तसंच काहीसं गिर्यारोहण करत अन्नपूर्णा-१ शिखर चढाई करताना सराव, संयम आणि कौशल्यं यांचा संगम असणं गरजेचं ठरतं.

अन्नपूर्णा शिखरसमूह म्हणजे फक्त तांत्रिकदृष्ट्या केलं जाणारं गिर्यारोहण नव्हे. इथली जैवविविधता आणि निसर्गसौंदर्य ट्रेकर्सना आणि निसर्गप्रेमींनादेखील आकृष्ट करतं. इथे जोमसोम ट्रेक, अन्नपूर्णा अभयारण्य ट्रेक आणि अन्नपूर्णा सर्किट ट्रेक असे ३० किलोमीटरहून अधिक लांबीचे ट्रेक्स आहेत. ६ ते २०हून अधिक दिवसांचे हे ट्रेक्स म्हणजे निसर्गप्रेमींसाठी पर्वणी असते. यांतल्या जोमसोम ट्रेक मार्गावर समुद्रसपाटीपासून ३,८०० मीटर उंचीवर असलेलं मुक्तिनाथ मंदिर आहे. जगात सर्वांत उंच ठिकाणच्या मोजक्याच मंदिरांपैकी एक असलेल्या मुक्तिनाथ मंदिरामध्ये भगवान विष्णूंचं अधिष्ठान आहे. हिंदूच नव्हे, तर बौद्ध धर्मीयांसाठीही हे एक महत्त्वाचं ठिकाण आहे. हिमालय खूप जवळून आणि विविधांगांनी अनुभवायचा असेल, तर अन्नपूर्णा मॅसिफच्या ट्रेक्सपैकी एक ट्रेक करायलाच हवा.

अन्नपूर्णा प्रसन्न!

व्हिडिओ पाहण्यासाठी क्यूआर कोड स्कॅन करा
किंवा लिंकला भेट द्या.

https://youtu.be/YeWU9MdVVOE?si=ghgxF6GZ5jQJdNVq

प्रकरण ९

माउंट के-२ : गिर्यारोहकांचं गिरिशिखर!

जगात चौदा अशी शिखरं आहेत, ज्यांची उंची आठ हजार मीटरपेक्षा उंच आहे. ही सर्व शिखरं हिमालयातच वसलेली आहेत. यांना अष्टहजारी शिखरं असं म्हणतात. आठ हजार मीटर या उंचीला वेगळं वलय आणि आयाम आहे. आठ हजार मीटरहून पुढे जेवढं वर जातो, तेवढी तिथे असणारी परिमाणं बदलतात. हवेतलं ऑक्सिजनचं प्रमाण एक-दोन टक्के इतकं विरळ होतं. वर्षभर इथे असणाऱ्या वाऱ्यांचा ताशी वेग हा १०० किलोमीटर किंवा त्याहून अधिक असतो, अगदी बोटांवर मोजण्याइतके दिवस वगळता. याच दिवसांमध्ये गिर्यारोहक या शिखरांवर चढाई करण्याचा प्रयत्न करतात. जगातलं सर्वोच्च शिखर एव्हरेस्ट या अष्टहजारी शिखरांचा शिरोमणी. मात्र चढाईच्या दृष्टीनं काठिण्य पातळीमध्ये एव्हरेस्टलादेखील मागे टाकणारी जी काही मोजकी शिखरं आहेत, त्यांतलं अव्वल शिखर म्हणजे माउंट के-२.

८,६११ मीटर उंच असलेलं माउंट के-२ हे उंचीनुसार जगातील दुसरं शिखर, अगदी एव्हरेस्टच्या खालोखाल. मात्र गिर्यारोहणाच्या दृष्टीनं त्याहून अवघड. इथल्या आव्हानांची साक्ष देतात या शिखरावर आत्तापर्यंत यशस्वी झालेल्या चढाया. आजपर्यंत एव्हरेस्टवर अंदाजे आठ-नऊ हजार वेळा चढाई यशस्वी झाली असेल. हाच आकडा माउंट के-२वर फक्त अंदाजे ४०० इतका कमी आहे.

कसलेल्या गिर्यारोहकांचं स्वप्न हे के-२ असतं, म्हणूनच याला 'गिर्यारोहकांचं गिरिशिखर' असं म्हणतात.

एकोणिसाव्या शतकाच्या मध्यात म्हणजेच १८५०च्या सुमारास 'द ग्रेट ट्रिग्नॉमेट्रिक सर्व्हे ऑफ ब्रिटिश इंडिया'मार्फत हिमालयातल्या विविध शिखरांची उंची मोजण्याचं, त्यांचं नामकरण करण्याचं मोठं काम चालू होतं. यात १८५६मध्ये थॉमस मॉंटगोमेरी यांनी सर्व्हेदरम्यान काराकोरम हिमालयातलं जवळपास २१० किलोमीटरचं एक चित्र रेखाटलं. यांत दोन अतिउंच शिखरं त्यांना गवसली. ही काराकोरम परिसरातील होती. म्हणून एकाच नाव ठेवलं के-१ आणि दुसऱ्याचं के-२. या सर्व्हेदरम्यान ज्या शिखरांना नावं नाहीयेत त्यांना अशी आद्याक्षरं किंवा इतर अभ्यासातील नोंदीनुसार नावं दिली जायची, पुढे त्यांचं स्थानिक नाव शोधलं जायचं आणि त्यानुसार त्यात बदल केले जायचे. यांतलं के-१ हे मशेरब्रुम या स्थानिक नावानं ओळखलं जायचं, अशी माहिती मिळाल्यावर के-१ हे नाव हटवलं गेलं. के-२च्या बाबतीत असं काही झालं नाही, म्हणून के-२ हे के-२च राहिलं. याच दरम्यान हेन्री हॅवर्शम गॉडविन-ऑस्टिन यांनी काराकोरम आणि के-२ परिसरात प्रचंड आणि झपाट्यानं शोधमोहिमा केल्या. त्यांच्या नोंदी आजही अत्यंत उपयोगी आणि बहुमूल्य आहेत. जसं जॉर्ज एव्हरेस्ट यांच्या कामाची पावती म्हणून पीक-१५ या जगातील सर्वांत उंच (८,८४८ मीटर) शिखराचं नामकरण 'माउंट एव्हरेस्ट' असं झालं, तसं के-२ या शिखराचंदेखील नामकरण 'गॉडविन-ऑस्टिन शिखर' करावं अशी मागणी होती; मात्र ती काही पूर्ण झाली नाही. तरीही आज के-२ या शिखरांचं टोपण नाव म्हणून गॉडविन-ऑस्टिन असंच सांगितलं जातं.

के-२ शिखरावर चढाई म्हणजे गिर्यारोहकांसाठी मोठं आव्हान. आजपर्यंत प्रत्येक चार यशस्वी शिखरचढायांमागे कमीत कमी एक मृत्यू निश्चित आहे. शिखरावर पहिली यशस्वी चढाई झाली १९५४मध्ये. ३१ जुलै १९५४ रोजी इटालियन मोहिमेअंतर्गत अर्दितो डेसिओ, लिनो लॅसदेली आणि अचाईल कॉम्पॅग्नोनी यांनी के-२ शिखरावर पहिलं पाऊल ठेवलं. त्यानंतर तब्बल २३ वर्षं लागली दुसऱ्या यशस्वी चढाईसाठी. ९ ऑगस्ट १९७७ रोजी इचिरो योशिजावा यांच्या नेतृत्वाखाली जपानी मोहिमेनं यश मिळवलं. या सगळ्या मोहिमा झाल्या उन्हाळी दिवसांत. जुलै-ऑगस्टमध्ये. हिवाळी दिवसांतली के-२ शिखरावरची पहिली यशस्वी मोहीम घडली थेट २०२१मध्ये. १९५०पासून गिर्यारोहकांनी अष्टहजारी शिखरांवर यशस्वी

मोहिमांना सुरुवात केली. गिरिशिखरांवर केली जाणारी चढाई ही उन्हाळी दिवसांत असते. कारण उन्हाळी दिवसांत हवामान त्या मानानं चढाईसाठी अनुकूल असतं. हिवाळी दिवसांत मात्र या शिखरांकडे ढुंकूनही पाहू नये, असं म्हटलं जायचं; कारण वाऱ्याचा ताशी वेग, चढाईमार्गावरची आव्हानं ही मानवाला जिवंत ठेवणारी

के-२ शिखराचं अंतरंग

१. के-२ची उंची ८,६११ मीटर (२८,२५१ फूट) असून ते जगातलं दुसऱ्या क्रमांकाचं उंच शिखर आहे.

२. हा पर्वत पाकव्याप्त काश्मीरमधल्या गिलगिट-बाल्टिस्तान आणि चीनच्या झिंजियांग सीमेवर आहे.

३. के-२ ला 'Savage Mountain' म्हणतात, कारण त्याचा मृत्यूदर अत्यंत जास्त आहे.

४. पहिली यशस्वी मोहीम १९५४मध्ये इटालियन गिर्यारोहक आर्डिटो डेसिओ यांच्या नेतृत्वाखाली झाली.

५. अचिले कॉम्पग्नोनी आणि लीनो लाचेदीली (इटली) हे शिखरावर सर्वप्रथम पोहोचले.

६. के-२ मोहिमांचा मृत्यूदर सुमारे २५ टक्के आहे, जो एव्हरेस्टपेक्षा खूपच जास्त आहे.

७. हिवाळ्यात के-२वर चढाई करणारी पहिली मोहीम २०२१मध्ये नेपाळी गिर्यारोहकांच्या संघानं केली.

८. के-२वरचा सर्वांत कठीण टप्पा म्हणजे बॉटलनेक (८,२०० मीटर उंचीवरचा बर्फाचा धोकादायक उतार).

९. एव्हरेस्टपेक्षा के-२वर हवामान जास्त उग्र असल्यामुळे मोहिमा प्रचंड धोकादायक ठरतात.

१०. आजवर के-२वर चढाई करणाऱ्यांची संख्या एव्हरेस्टच्या तुलनेत खूपच कमी असून फक्त काही शे गिर्यारोहकांनीच या शिखरावर यशस्वीपणे चढाई केली आहे.

नाहीत. अशा वातावरणात प्रत्येक श्वासागणिक गिर्यारोहकांचा शारीरिक आणि मानसिकदृष्ट्या कस लागतो. हे आव्हान गिर्यारोहकांनी पेलायचं ठरवलं अन् त्यातून हिवाळी गिर्यारोहण मोहिमांचा उगम झाला. एव्हरेस्ट शिखरावर हिवाळी दिवसांतली पहिली चढाई ही १९८०मध्ये झाली. १९८०च्या दशकांत पोलिश गिर्यारोहकांनी हिवाळी गिर्यारोहण मोहिमांना आयाम द्यायचं ठरविलं. आंद्रेज जवाडा यांच्या नेतृत्वाखाली सात विविध अष्टहजारी शिखरांवर मोहिमा यशस्वी झाल्या. मात्र के-२ तेव्हाही राहिलंच. १९८६च्या पहिल्या हिवाळी चढाई प्रयत्नापासून ते २०२१पर्यंत विविध कसलेल्या गिर्यारोहकांचं लक्ष्य होतं के-२. यातून अनेक मोहिमा उभ्या राहिल्या, अनेक कडव्या झुंजी के-२ शिखराच्या कड्यानं पाहिल्या. इथे अनेकांनी आपल्या प्राणांची आहुती दिली. मात्र, के-२ बधला नाही.

२०२१च्या जानेवारी महिन्यात ६०हून अधिक दिग्गज गिर्यारोहकांनी आपला मोर्चा के-२कडे वळवला. त्यात बावीस विविध देशांतले गिर्यारोहक होते आणि २७ मदतनीस शेर्पा हे शिखरमाथ्यापर्यंत गिर्यारोहकांना साथ देणार होते. हे शेर्पादेखील तेवढेच तगडे आणि दिग्गज गिर्यारोहकच होते. मोहीम जेव्हा निर्णायक टप्प्यात होती; तेव्हा खराब हवामान, बिकट होणारी परिस्थिती आणि त्याचा शारीरिक आणि मानसिकदृष्ट्या होणारा परिणाम बघता अनेक गिर्यारोहकांनी मागे परतायचं ठरवलं. साहजिकच त्यांच्यासोबत असणाऱ्या शेर्पा गिर्यारोहकांनादेखील खाली

जावं लागणार होतं. हे सर्व जण कँप-१ - कँप-२च्या इथे असताना निर्मल पूर्जा या दिग्गज नेपाळी गिर्यारोहकानं कल्पना मांडली, की के-२ दृष्टिक्षेपात आहे. जर इतर आंतरराष्ट्रीय गिर्यारोहकांना जमत नसेल, तर सगळे नेपाळी शेर्पा एकत्र येऊन चढाई करू या आणि के-२ शिखर चढाई हिवाळी दिवसांत यशस्वी करण्याचं आव्हान पेलवू या. सगळ्यांनी होकार भरला आणि सुरू झाली एक 'न भूतो न भविष्यति' अशी चढाई. सगळ्या आव्हानांवर मात करत शिखरमाथ्याच्या अगदी थोडं खाली निर्मल पूर्जा, मिन्गमा जी शेर्पा, मिन्गमा डेव्हिड शेर्पा, मिन्गमा तेन्झी शेर्पा, गेलजेन शेर्पा, पेम चिरी शेर्पा, दावा टेम्बा शेर्पा, दावा तेनजिन शेर्पा, किलू शेर्पा आणि सोना शेर्पा यांनी एकत्र येऊन नेपाळी राष्ट्रगीत म्हणत के-२ शिखरावर पाऊल ठेवलं आणि एक नवा इतिहास रचला.

अधिकृतरीत्या भारताचा भूभाग असूनही आजपर्यंत एकाही भारतीयाला के-२ मोहिमेवर जाता आलं नाही, हे खूप मोठं शल्य माझ्यासारख्या गिर्यारोहकाच्या मनात आहे. पाकव्याप्त काश्मीर जो हिमालयाच्या काराकोरम पर्वतरांगेचं घर आहे, तिथे असणारी शिखरं आणि तिथली भौगोलिक वैशिष्ट्यं ही शब्दातीत आहेत. हा संपूर्ण भूभाग लवकरच आपल्या ताब्यात येईल आणि भारतीय गिर्यारोहक के-२ आणि इतर अष्टहजारी शिखरांवर तिरंगा डौलानं फडकावतील, हा विश्वास आहे.

माउंट के-२ : गिर्यारोहकांचं गिरिशिखर!

व्हिडिओ पाहण्यासाठी क्यूआर कोड स्कॅन करा
किंवा लिंकला भेट द्या.

https://youtu.be/Ld3JBur8rKE?si=gDr0KAc5QKotFVqp

१० माउंट नंदादेवी

हिमालय हे अनेक देवदेवतांचं आदिस्थान. महाभारत, रामायण, ऋषिमुनी यांचा हिमालयाशी दृढ संबंध आहे; हे आपण विविध पर्वतांची माहिती घेताना जाणून घेतलं. हिमालय हे देवतांचं घर आहे. आजही इथे विविध देवी-देवता अधिवास करतात अशी स्थानिकांची आणि इतर अनेकांची समजूत आहे. विविध शिखरंही देवी-देवतांच्या नावानं ओळखली जातात. यांपैकी एक प्रमुख शिखर माउंट नंदादेवी.

उत्तराखंड राज्यातल्या चमोली जिल्ह्यात ऋषिगंगा व्हॅलीत नंदादेवी शिखरसमूह आहे. यात दोन शिखरांचा समावेश होतो - एक नंदादेवी, तर दुसरं सुनंदादेवी. नंदादेवी शिखराची उंची ७,८१६ मीटर आहे, तर सुनंदादेवी या शिखराची उंची ७,४३४ मीटर आहे. सुनंदादेवी या शिखराची ओळख नंदादेवी-पूर्व शिखर अशीदेखील आहे. दोन्ही शिखरं तब्बल दोन किलोमीटर लांब अशा हिमकड्यानं जोडलेली आहेत. अतिउंच शिखरं आणि विस्तीर्ण असा कडा यांमुळे हा शिखरसमूह धिप्पाड आणि भेदक वाटतो. या दोन्ही शिखरांचा संदर्भ भगवद्गीतेत आढळतो. या दोन्ही शिखरांवर नंदा आणि सुनंदा देवींचा अधिवास आहे, असं मानलं जातं. त्यामुळे स्थानिक या दोन्ही शिखरांना अतिशय पवित्र मानतात.

नंदादेवी शिखरसमूह हा गिर्यारोहकांसाठी नेहमीच आव्हानात्मक राहिला आहे. सध्या उंचीनुसार जगातलं तेविसाव्या क्रमांकाचं असलेलं नंदादेवी शिखर १८००मध्ये

जगातील सर्वोच्च शिखर म्हणून ओळखलं जात होतं. पुढे इतर शिखरांचा शोध लागल्यावर उंचीनुसार नंदादेवी शिखराचा क्रमांक खाली येत गेला. उंची कमी असली, तरी इथली आव्हानं भेदक आहेत. या दोन्ही शिखरांचे कडे अतिशय उंच आणि तीव्र आहेत. इथे चढाई करायची असली, तर अक्षरशः काटकोनातल्या हिमभिंतीवर चढाई करावी लागते. १९३६मध्ये पहिल्यांदा नंदादेवी शिखरचढाई यशस्वी झाली. नोएल ओडेल आणि बिल टिलमन यांनी नंदादेवी शिखरमाथा गाठण्यात यश मिळवलं. त्यानंतर अनेक वर्षं कित्येक दिग्गज गिर्यारोहक या शिखरावर चढाई करण्यासाठी झटत राहिले, मात्र कोणालाही यश मिळालं नाही. भारतीय सैन्यदलाने १९५७ आणि १९६१ असे दोन असफल प्रयत्न केले. शेवटी १९६४मध्ये कर्नल नरेंद्र कुमारांच्या नेतृत्वाखाली

नंदादेवी शिखराचं अंतरंग

१. नंदादेवी शिखराची उंची ७,८१६ मीटर (२५,६४३ फूट) आहे.

२. हे भारतातील दुसऱ्या क्रमांकाचं उंच शिखर आहे. (कांचनजुंगा भारत-नेपाळ सीमेला आहे.)

३. नंदादेवी शिखर गढवाल हिमालयातल्या चमोली जिल्ह्यात स्थित आहे.

४. १९३६मध्ये बिल टिलमन (इंग्लंड) आणि नोएल ओडेल यांनी नंदादेवीवर प्रथम यशस्वी चढाई केली.

५. या शिखराभोवतीचा परिसर 'नंदादेवी राष्ट्रीय उद्यान' म्हणून ओळखला जातो, जो युनेस्को जागतिक वारसास्थळ आहे.

६. नंदादेवी राष्ट्रीय उद्यानात हिमबिबट्या, मस्क डियर, हिमालयीन अस्वल यांसारख्या दुर्मीळ प्राणिप्रजाती आढळतात.

७. पर्यावरणाच्या रक्षणासाठी हे उद्यान १९८२मध्ये बंद ठेवलं होतं.

८. नंदादेवीला स्थानिक लोक देवी पार्वतीचा अवतार मानतात आणि त्याची वार्षिक यात्रा आयोजित केली जाते.

९. नंदादेवीची चढाई आजही तांत्रिकदृष्ट्या कठीण मानली जाते.

१०. नंदादेवी परिसरातील हिमालयीन ट्रेक्स (नंदादेवी बेस कँप, कुंवारी पास) गिर्यारोहक आणि पर्यटकांमध्ये लोकप्रिय आहेत.

पहिली भारतीय आणि शिखरावरची दुसरी मोहीम यशस्वी झाली. १९५१मध्ये फ्रेंच संघातल्या गिर्यारोहकांनी नंदादेवी आणि सुनंदादेवी या दोन शिखरांना जोडणाऱ्या रिजनं चढाई करण्याचा प्रयत्न केला. त्यात अपघात होऊन दोन गिर्यारोहकांचा मृत्यू झाला आणि पुढे मोहीम अर्धवट राहिली. या मोहिमेत दिग्गज गिर्यारोहक आणि एडमंड हिलरींच्या साथीनं जगातलं सर्वोच्च शिखर असलेल्या माउंट एव्हरेस्टवर सर्वांत प्रथम चढाई करणारे शेर्पा तेनसिंग नोर्गे मदतनीस सदस्य म्हणून सहभागी झाले होते. पुढे अनेक वर्षांनी आठवणींना उजाळा देताना तेनसिंग नोर्गे सांगायचे, की नंदा-सुनंदादेवी या जोडपर्वत शिखरांवरची मोहीम ही त्यांच्या आयुष्यातली सर्वांत कठीण गिर्यारोहण मोहीम होती. अगदी एव्हरेस्टपेक्षाही कठीण! इथे असणाऱ्या आव्हानांची सर कोणत्याच दुसऱ्या शिखरांना येणार नाही, असंही ते सांगायचे.

नंदादेवी शिखरसमूहाशी जोडली जाणारी प्रमुख घटना किंवा कथा म्हणजे, या परिसरात हरवलेले रेडिओॲक्टिव्ह डिव्हाईस. भारताचं गुप्तचर खातं आणि अमेरिकेची संस्था सीआयए यांनी संयुक्त विद्यमाने न्यूक्लियर पॉवर्ड टेलिमेट्री रिले लिसनिंग डिव्हाईस नंदादेवी शिखरमाथ्यावर बसवण्यासाठी १९६५ ते १९६८ कसून प्रयत्न केले. चीनच्या शिंजियांग प्रांतात चालू असलेल्या मिसाईल टेस्टिंगची माहिती मिळवण्यासाठी हे डिव्हाईस बसवण्याचा मानस होता. मात्र अतिशय खराब हवामान आणि नंदादेवीवरची आव्हानं यांमुळे ते डिव्हाईस शिखरमाथ्याजवळ सोडण्यात आलं. पुढे डिव्हाईसशी संपर्क होऊ न शकल्यानं त्याचा शोध घेण्याची मोहीम आखली, ज्यात यश आलं नाही. रेडिओॲक्टिव्ह असल्यानं, म्हणजे किरणोत्सर्ग होण्याची शक्यता असल्यानं या परिसरात मानवी वावर बंद करण्याचं प्रशासनानं ठरवलं, असं सांगितलं. त्यामुळे नंदादेवी शिखरसमूहाच्या पायथ्याशी असलेलं नंदादेवी अभयारण्य सर्वांसाठीच

अनेक वर्षं बंद होतं. नंदादेवी अभयारण्य हे संयुक्त राष्ट्रसंघाच्या वारसायादीत समाविष्ट आहे. झंस्कार पर्वतरांग आणि ग्रेटर हिमालय यांच्यामध्ये वसलेला हा परिसर तब्बल ६,४०७ वर्ग किलोमीटर परिसरामध्ये पसरलेला असून उत्तराखंड राज्यातल्या पिथोरगड, बागेश्वर आणि चमोली या जिल्ह्यांत पसरलेला आहे. ऋषिगंगा, धौलीगंगा, पुष्पावती, खिरोगंगा यांसोबतच अलकनंदा नदी आणि तिच्या इतर उपनद्यांनी हा संपूर्ण परिसर मनमोहक दिसतो. इथे जगातून नष्ट होत चाललेल्या वृक्षांच्या विविध दुर्मीळ प्रजाती आढळून येतात. आशियाई काळं अस्वल, हिमालयीन करडं अस्वल यांचा मुख्य अधिवास याच परिसरात आहे. सोबत भरळ, हिमालयीन ताहर, हिमचित्ता, हिमालयीन कस्तुरीमृग इथे प्रामुख्यानं आढळून येतात.

नंदादेवी-सुनंदादेवी पर्वतशिखरांना स्थानिक लोक अतिशय पवित्र मानतात. नवरात्री उत्सवात या देवतांचं विशेष पूजनदेखील केलं जातं. गढवाल आणि कुमाऊँ हिमालयाची रक्षणकर्ता देवता अशी नंदा-सुनंदा पर्वतांची ओळख आहे. नंदा-सुनंदा म्हणजे माँ दुर्गा आणि पार्वती यांची रूपं. या दोन्ही देवता कडक असून मानवाच्या चुकांची शिक्षा प्रकोपातून देतात, अशी स्थानिकांची गाढ श्रद्धा आहे. २०२१मध्ये नंदादेवी शिखर परिसरातली हिमनदी प्रसरण पावल्यानं धौलीगंगा आणि ऋषिगंगा नद्यांना महापूर आला, ज्यामध्ये धौलीगंगा नदीकाठच्या रेनी गावात असलेलं जलविद्युत केंद्र वाहून गेलं, तसंच १४०हून अधिक लोकांचा यात मृत्यू झाला. या घटनांमध्ये देवीचा प्रकोप होता, असं स्थानिकांना वाटतं.

नंदादेवी आणि सुनंदादेवी पर्वतशिखरं नितांत सुंदर आहेत. तिथे देवीचा अधिवास असतो यावर मतमतांतरं असतीलही, मात्र ही दोन्ही शिखरं त्यांच्या नावाप्रमाणे आणि ओळखीप्रमाणे अतिशय आनंद देणारी आणि समृद्ध करणारी शिखरं आहेत.

माउंट नंदादेवी

व्हिडिओ पाहण्यासाठी क्यूआर कोड स्कॅन करा
किंवा लिंकला भेट द्या.

https://youtu.be/JlQ7uvZjUeA?si=E-OjwIiDzJIwYJEy

११

हिमनद्यांनी वेढलेला माउंट कामेट

तिबेट आणि भारताची सीमा म्हणजे विस्तीर्ण पसरलेला हिमालय. लडाखपासून अगदी अरुणाचलपर्यंत, तिबेट आणि भारतामध्ये हिमालयातल्या विविध पर्वतरांगा अन् नद्यांचा समावेश आहे. यांत उत्तराखंड राज्यातल्या गढवाल भागामध्ये हिमालयातल्या झस्कार रांगेचा समावेश होतो. भारताच्या हद्दीतल्या हिमशिखरांपैकी दुसरं उंच शिखर म्हणजे माउंट कामेट याच पर्वतरांगेत वसलेला आहे. पश्चिम हिमालयाचा भाग असलेल्या या शिखराची उंची आहे तब्बल ७,७५८ मीटर. माना, अबी गामीन, मुकुट पर्वत यांच्यासारखी पर्वतशिखरं, विस्तीर्ण पसरलेल्या हिमनद्या अन् अनवट हिमालय यांच्या सान्निध्यात कामेट शिखर उभं आहे. दुरून पाहिल्यावर असं वाटतं की हिमानं आच्छादलेला एखादा मोठा पिरॅमिड ज्याचा माथा काहीसा सपाट आहे.

१८५०च्या दशकात हिमालयातली विविध शिखरं आणि त्याची विविध रूपं ब्रिटिशांनी जगासमोर आणली. अनादी काळापासून उभ्या असलेल्या, भारताच्या जाज्वल्य इतिहासाची साक्ष सांगणाऱ्या विविध शिखरांपैकी एक असलेल्या कामेट शिखराचं पहिलं सर्वेक्षण १८५५मध्ये अँड्रू वॉ यांनी केलं. गिर्यारोहणाच्या दृष्टीनं कामेट प्रकाशझोतात आले, ते १९०७मध्ये. गिर्यारोहक कामेट पर्वताला 'रांगडा पर्वत' म्हणून ओळखतात. ब्रिटिश गिर्यारोहक टी. जी. लाँगस्टाफ, एम. पी. नोल्स आणि सी. एफ. मीड यांनी या रांगडेपणाचा चांगलाच अनुभव घेतला. सतत बदलणारं

हवामान, तुफान हिमवर्षाव आणि मुळात कामेट शिखराची भौगोलिक रचना यांमुळे या शिखरावरची पहिली गिर्यारोहण मोहीम अर्थातच अयशस्वी ठरली. त्या काळी गिर्यारोहण क्षेत्रात उपकरणं, विविध संसाधनं यांची ओळख व्हायची होती. या परिस्थितीचा विचार करता कामेट शिखरावर चढाईचा विचार करणंदेखील धाडसाचं होतं. त्यानंतर तब्बल चोवीस वर्षांनी फ्रँको-स्विस गटानं कामेटचं शिवधनुष्य पेलण्याचा निर्धार केला. चार्ल्स पाथ यांच्या नेतृत्वाखाली पॉल बाऊर, रेमंड लंबर्ट, क्वेनेट रिली यांनी सर्व आव्हानांचा सामना करत कामेट शिखर गाठलं. त्या काळी इतक्या उंच शिखरावर चढाई करणं हे दुर्मीळ होतं. गिर्यारोहण क्षेत्राची खरी पायाभरणी करण्यात ज्या घटनांचा समावेश होतो, त्यांपैकी एक म्हणजे १९३१ची चढाई, असं मानलं जातं. 'गिरिप्रेमी'नंदेखील १९९४मध्ये माउंट कामेट शिखर मोहिमेचं आयोजन केलं होतं. राजेश पटाडे, प्रसाद ढमाल, मोरेश्वर कुलकर्णी, वसंत लिमये अशा तगड्या गिर्यारोहकांचा संघ होता. कामेटची आव्हानं 'गिरिप्रेमी'च्या गिर्यारोहकांच्या जिद्दीपेक्षा वरचढ ठरली. मोहीम अयशस्वी झाली. मात्र या संघाला रिकाम्या हातांनी परत जाणं मान्य नव्हतं. कामेटनं दिलेली हुलकावणी मागे सारून त्यांनी अगदी बाजूलाच उभ्या असलेल्या 'अबी गामीन' या ७,३५५ मीटर उंच शिखरावर चढाई केली. माउंट कामेट शिखराचा मार्ग हा पूर्वेकडच्या हिमनदीवरून सुरू होतो आणि मिड कोलच्या मार्गे शिखराकडे जातो. अबी गामीन आणि माउंट कामेट शिखराचा मार्ग याच मिड कोलहून वेगळा होता. १९०७मध्ये पहिल्यांदा कामेट शिखरावर मोहिमेचा प्रयत्न केला होता, तेव्हा गिर्यारोहक सी. एफ. मिड हे अबी गामीन आणि माउंट कामेट यांना वेगळं करण्याऱ्या कोलपर्यंत पोहोचले होते. त्या काळाचा विचार करता अशी कामगिरी करणं अचाट होतं. त्यांच्या या कार्याचा गौरव म्हणून या कोलचं नामकरण 'मिड कोल' किंवा 'मिड यांची कोल' असं करण्यात आलं. या कोलहून शिखराकडे जाताना पश्चिमेकडून जोरानं वाहणारे वारे गिर्यारोहकांची परीक्षा पाहतात. पठारसदृश भाग खालच्या भागात

असल्यानं या वाहत्या वाऱ्यांना मोकळी दिशा मिळते, त्यामुळे यांचा वेग प्रचंड असतो. सोबतच सततचा हिमवर्षाव आणि हिमनद्यांमुळे होणारी हालचाल गिर्यारोहकांना हैराण करून सोडतात. ही सगळी दिव्यं पार करून पुढे गेलं, की अंगावर येणारी खडी चढण, तिथे असलेला टणक दगड गिर्यारोहकांचं स्वागत करतात. म्हणूनच अनुभवी अन् निष्णात गिर्यारोहकांचीदेखील कामेट शिखरावर चढाई करताना दमछाक होते.

कामेट शिखराचं, आजूबाजूच्या परिसराचं भौगोलिक महत्त्व मोठं आहे. तिबेट म्हणजे चीन आणि भारत यांच्या सीमा ठरवणारा परिसर. जुन्या काळापासून तिबेट

कामेट शिखराचं अंतरंग

१. कामेट शिखराची उंची ७,७५६ मीटर (२५,४४६ फूट) आहे.
२. हे भारतातलं तिसऱ्या क्रमांकाचं (कांचनजुंगा आणि नंदादेवीनंतर) उंच शिखर आहे.
३. कामेट उत्तराखंडातील गढवाल हिमालयात आहे.
४. १९३१मध्ये फ्रँक स्मायथ (ब्रिटन) यांच्या नेतृत्वाखालील मोहिमेनं पहिली यशस्वी चढाई केली.
५. कामेटवर चढाई तांत्रिकदृष्ट्या अवघड आहे. शिखरावर जाण्यासाठी मोठ्या बर्फाच्या भिंती आणि अरुंद कडे पार करावे लागतात.
६. या शिखराचा परिसर चीनच्या तिबेट सीमेजवळ आहे.
७. कामेट पर्वताभोवतीच्या हिमनद्या - ईस्ट कामेट, पश्चिम कामेट आणि राईनी हिमनदी महत्त्वाच्या आहेत.
८. कामेट मोहिमा भारतीय पर्वतारोहणाच्या इतिहासात मैलाचा दगड मानल्या जातात, कारण १९३१पूर्वी इतक्या उंच शिखरावर कोणत्याही मोहिमेनं यश मिळवलं नव्हतं.
९. कामेट परिसर धार्मिकदृष्ट्याही महत्त्वाचा असून स्थानिक लोक या पर्वताला पवित्र मानतात.
१०. कामेटवर आजवर अनेक भारतीय आणि परदेशी मोहिमा पार पडल्या असून, अजूनही ते गिर्यारोहकांसाठी एक मोठं आकर्षण आहे.

आणि भारतामध्ये जे दळणवळण आणि विविध व्यापारी मार्ग तयार झाले, त्यांपैकी माना पास हा कामेट शिखर परिसरातच आहे. तसेच कामेटच्या दोन्ही बाजूंनी असलेल्या हिमनद्या यादेखील हिमालयाशी निगडित जीवसृष्टीसाठी महत्त्वाच्या आहेत. कामेट पश्चिम हिमनदी ही कामेट, अबी गामीन आणि मुकुट पर्वतप्रदेशातून पुढे विस्तारत जाते आणि सरस्वती नदीचा प्रमुख स्रोत बनते. दुसरीकडे कामेटची पूर्व हिमनदी ही कामेट आणि माना शिखरांच्या भोवती विस्तारत जाते आणि पुढे जाऊन धौलीगंगा आणि अलकनंदा नदीचा मुख्य स्रोत बनते. माउंट कामेट हा 'ग्लेशियर ऑफ फायर' म्हणूनदेखील ओळखला जातो. सूर्योदय आणि सूर्यास्ताच्या वेळी सूर्यकिरणांनी न्हाऊन गेलेला शिखरमाथा एखाद्या तांबट रंगाच्या मुकुटासारखा भासतो. शिखरावरून परावर्तित झालेली सोनकिरणं कामेट शिखराच्या सभोवताली असलेल्या हिमनद्यांवर म्हणजेच ग्लेशियर्सवर अशा पद्धतीने दिसतात, जणू काही या हिमनदीवर अग्निज्वाला फुटल्या आहेत. हे दृश्य मोहून टाकणारं असतं.

भारताच्या पुरातन इतिहासामध्येदेखील माउंट कामेटचा विविध ठिकाणी उल्लेख आहे. हिमालयातल्या अनेक पर्वतांचं नातं हे भगवान शंकराशी जोडलं गेलं आहे, अर्थात कामेटदेखील याला अपवाद नाही. १९०७मध्ये रानीखेतपासून तब्बल दोन महिने घनदाट जंगलातून वाट काढत गिर्यारोहकांचा संघ कामेटच्या पायथ्याशी पोहोचला होता. आज परिस्थिती बऱ्यापैकी सुधारली आहे. जोशीमठहून नीती गावापर्यंत ९० किलोमीटर गाडीचा प्रवास करून पुढे बासुधारामार्गे डोबला ताल या माउंट कामेटच्या पायथ्यापर्यंत २३ किलोमीटरचा ट्रेक करून पोहोचता येतं. हा संपूर्ण मार्ग तसा खडतर आहे; त्यामुळे ट्रेकिंगचा उत्तम अनुभव असेल आणि नेहमीपेक्षा वेगळा हिमालय बघायचा असेल, तर हा ट्रेक उत्तम आहे.

हिमनद्यांनी वेढलेला माउंट कामेट

व्हिडिओ पाहण्यासाठी क्यूआर कोड स्कॅन करा
किंवा लिंकला भेट द्या.

https://youtu.be/vjBQLgvm4-4?si=aqDpLK9TsShpJHgO

प्रकरण १२

गढवाली सतोपंथ

एव्हरेस्ट शिखराचं आकर्षण सर्वांना आहे. जगातल्या सर्वांत उंच शिखरावर चढाई करण्यासाठी जगभरातले विविध गिर्यारोहक दरवर्षी प्रयत्न करत असतात. मात्र, मनात आलं आणि एव्हरेस्ट शिखरावर चढाई केली असं होत नाही. त्यासाठी आवश्यक असते सर्वंकष पूर्वतयारी. शारीरिक आणि मानसिक तयारी करण्यासोबतच प्रत्यक्ष शिखरांवर चढाईचा अनुभवही गाठीशी असणं आवश्यक असतं. यांतूनच जन्माला आल्या एव्हरेस्टपूर्व मोहिमा (प्री-एव्हरेस्ट मोहिमा). एव्हरेस्टची उंची आहे ८,८४८ मीटर. एवढ्या उंचीवर चढाई करण्याआधी अनेक गिर्यारोहक सहा-सात हजार मीटर उंच शिखरांवर चढाई करून आपली कौशल्यं निपजून घेतात. यांसाठी भारतीय हिमालयातली अनेक शिखरं या गिर्यारोहकांना आव्हान देतात. यांतलंच एक शिखर म्हणजे सतोपंथ. तब्बल ७,०८४ मीटर उंच असलेल्या सतोपंथ शिखराची गिर्यारोहण क्षेत्राशी निगडित असलेली ही आजच्या काळातली ओळख. पण सतोपंथचा इतिहास हा अनादी काळापासूनचा आहे. अगदी महाभारतापासून. सतोपंथ म्हणजे सत्याचा मार्ग. पांडवांनी जो सत्याचा मार्ग स्वीकारून स्वर्गलोक गाठला, त्यावरून नाव पडलं सतोपंथ हिमनदीचं आणि पुढे या शिखराचं.

१९४७मध्ये ऑगस्ट महिन्यात जेव्हा भारताला स्वातंत्र्य मिळालं, त्याच काळात सतोपंथ शिखरावर पहिलं मानवी पाऊल पडलं. आंद्रे रोश यांच्या

तथ्ये आणि आकडेवारी : सतोपंथ

१. सतोपंथ शिखराची उंची ७,०७५ मीटर (२३,२१२ फूट) आहे.
२. हे गढवाल हिमालयात, बद्रीनाथच्या उत्तरेला स्थित आहे.
३. 'सतोपंथ' या नावाचा अर्थ 'सत्याचा मार्ग' असा होतो.
४. स्थानिक दंतकथेनुसार, पांडवांनी स्वर्गारोहणासाठी याच मार्गाचा वापर केला.
५. सतोपंथ तलाव (सुमारे ४,६०० मीटर उंचीवर) धार्मिकदृष्ट्या अत्यंत पवित्र मानला जातो.
६. या शिखरावर पहिली यशस्वी चढाई १९४७मध्ये स्विस गिर्यारोहक तेर्री आणि स्टीफन यांनी केली.
७. भारतीय गिर्यारोहण मोहिमांनीही सतोपंथ शिखरावर अनेक यशस्वी चढाया केल्या आहेत.
८. सतोपंथ परिसर गिर्यारोहणाबरोबरच ट्रेकिंगसाठी लोकप्रिय आहे - विशेषतः बद्रीनाथ-सतोपंथ तलाव ट्रेक.
९. या परिसरातील हिमनद्या - सतोपंथ, भागीरथी आणि अलकनंदा - जलस्रोतांच्या दृष्टीनं अत्यंत महत्त्वाच्या आहेत.
१०. सतोपंथ शिखर हे साहस, अध्यात्म आणि निसर्गसौंदर्य यांचा अद्वितीय संगम म्हणून ओळखलं जातं.

नेतृत्वाखाली चालू असलेल्या स्विस मोहिमेअंतर्गत सतोपंथ शिखराला जगात पहिल्यांदा गवसणी घालण्यात आली. ऑस्ट्रियन गिर्यारोहकांनी या मोहिमेमध्ये संयुक्तपणे सहभाग नोंदवला. रॉश यांच्यासोबत अलेक्स ग्रॅवेन आणि तेनसिंग नोर्गे यांनी शिखराला गवसणी घातली. रंजक बाब म्हणजे, पुढे सहा वर्षांनी १९५३मध्ये एव्हरेस्ट शिखरावर जेव्हा पहिलं पाऊल पडलं, तेव्हा त्या जोडगळीत शेर्पा तेनसिंग नोर्गे एक होते. थोडक्यात सतोपंथ शिखराची प्री-एव्हरेस्ट म्हणून असलेली ओळख अगदी पहिल्या मोहिमेलादेखील लागू पडते, असं म्हटलं तरी वावगं ठरणार नाही.

या शिखरावर पहिली भारतीय नागरी मोहीम यशस्वी करण्याची कामगिरी आमच्या 'गिरिप्रेमी'च्या संघानं केली आहे, हे विशेष. १९९२मध्ये ही मोहीम पार पडली. ही मोहीम खरं तर महाराष्ट्रातल्या काही दिग्गज गिर्यारोहकांना वाहिलेली श्रद्धांजली होती. १९८६मध्ये डॉ. मीनू मेहता, भरत मांघरे आणि 'गिरिप्रेमी'च्या संस्थापकांपैकी एक असलेले नंदू पागे यांनी सतोपंथ शिखरावर मोहीम आखली होती. मात्र शिखरचढाई करत असताना आलेल्या हिमप्रपातामध्ये या तिघांसह एका सहकारी शेर्पांचा दुर्दैवी मृत्यू झाला होता. या दिग्गजांना श्रद्धांजली वाहण्यासाठी 'गिरिप्रेमी'ने १९९२मध्ये मोहीम आयोजित केली होती.

सतोपंथ शिखर हे गढवाल हिमालयात गंगोत्री परिसरात आहे. भागीरथी आणि गंगोत्री शिखरसमूह, थेलू, मेरू, वासुकी, सुदर्शन आणि शिवलिंग या अवाढव्य शिखरांच्या सान्निध्यात सतोपंथ डौलानं उभं आहे. सतोपंथ, भागीरथी गंगोत्री शिखरसमूहांपासून पुढे वाढत गेलेलं गंगोत्री हिमनदी पुढे जाऊन भारतातल्या सर्वांत मोठ्या गंगा नदीचं रूप धारण करतं, ज्यावर तब्बल २० कोटींहून अधिक लोकसंख्या प्रत्यक्ष आणि अप्रत्यक्षपणे अवलंबून आहे. हवामानातल्या बदलामुळे गेल्या काही वर्षांमध्ये इथे ठळक बदल दिसून येत आहेत. यात गंगोत्री हिमनदी हळूहळू आकुंचित होत असल्याचं आढळून आलं आहं. सतोपंथ शिखराची भौगोलिक खासियत

म्हणजे हिमनद्यांनी वेढलेले तीव्र धार असलेले हिमकडे. तसा गढवाल हिमालय हा तुलनेनं नव्या पिढीतला आहे असं म्हणतात. म्हणजे हिमालयाची उत्पत्ती भारतीय उपखंड जेव्हा युरेशियन प्लेटला धडकला तेव्हा झाली. यांतल्या टर्शरी (टर्शिअरी), म्हणजे शेवटच्या टप्प्यातल्या धडकेतून जे पर्वत उभे राहिले, ते म्हणजे गढवाल हिमालय. त्यामुळे इथले पर्वत हे भव्यदिव्य आहेत. सोबत इथे ते तीव्र कडांनी व्यापलेले आहेत. याच्या ठळक खुणा सतोपंथ शिखरावर उठून दिसतात.

सतोपंथ शिखराचा पायथा म्हणजे बेस कँप हा वासुकी ताल इथे आहे. इथे जाण्यासाठी 'कालिंदी पास' हा ट्रेक प्रसिद्ध आहे. हा संपूर्ण प्रदेश जैवविविधतेनं समृद्ध आहे. याच्या खालच्या भागातला अल्पाइन गवताळ प्रदेश वनस्पतींनी आणि प्राणिजीवनानं परिपूर्ण आहे. ग्रीष्म ऋतूमध्ये इथे विविध प्रकारची फुलं फुलतात, ज्यामध्ये ब्रह्मकमळ (सॉसुरिया ओबव्हॅलाटा) ही दुर्मीळ वनस्पती विशेष महत्त्वाची आहे. ही वनस्पती हिंदू धर्मात पूजनीय मानली जाते.

हिमालयातल्या इतर अनेक शिखरांप्रमाणे सतोपंथ शिखरालादेखील हिंदू धर्मामध्ये पवित्र मानलं जातं. इथले स्थानिकदेखील शिखराला देवासमान मानतात. धार्मिक महत्त्व तर या शिखराला आहेच, सोबत याचं सौंदर्य मन मोहून टाकणारं आहे. सतोपंथ शिखर आहेच देखणं! जेव्हा जेव्हा मी मोहिमांच्या निमित्तानं या गढवाल हिमालयातल्या गंगोत्री परिसरात जातो, तेव्हा तेव्हा इथे दिसणाऱ्या नितांत सुंदर हिमशिखरांनी हरखून जातो. आजपर्यंत मी ३०-४० वेळा या परिसरात नित्यनियमानं आलो असेन. प्रत्येक वेळी इथे येणारा अनुभव हा शब्दातीत आहे.

गढवाली सतोपंथ

व्हिडिओ पाहण्यासाठी क्यूआर कोड स्कॅन करा
किंवा लिंकला भेट द्या.

https://youtu.be/oYqvUoRHFhI?si=g3KTTxs8Wkxco4SZ

प्रकरण १३

आव्हानात्मक मकालू

हिमालय पर्वतरांग नितांत सुंदर हिमशिखरांनी नटलेली आहे. यात नेपाळ आणि तिबेट यांना वेगळी करणारी जी शिखरं आहेत, त्यांत जगातल्या काही सर्वोच्च शिखरांचा समावेश होतो. एव्हरेस्टच्या एका बाजूला नेपाळ, तर दुसऱ्या बाजूला तिबेट आहे. याच पर्वतरांगेमध्ये एव्हरेस्टपासून अवघ्या १९ किलोमीटरवर वसलेला आहे माउंट मकालू. ८,४८५ मीटर उंच, पिरॅमिडसारखं दिसणारं शिखर. उंचीनुसार एव्हरेस्ट, के-२, कांचनजुंगा आणि ल्होत्से या चार शिखरानंतर येणारं पाचवं उंच शिखर.

मकालू शिखराला गिर्यारोहणामध्ये अनन्यसाधारण महत्त्व आहे. शेवटच्या टप्प्यापर्यंत अत्यंत दमणूक करणाऱ्या चढाईनंतर जेव्हा शिखरमाथा दृष्टिक्षेपात येतो, तेव्हा संयमाची परीक्षा पाहणारं मकालू शिखर गिर्यारोहकांना धडकी भरवतं. इथल्या तीव्र भौगोलिक रचनांमुळे या शिखराला 'माउंटन ऑफ सॉलिट्यूड' असंदेखील म्हणतात. डोळे दिपवणारं अगम्य असं शिखर.

१९५३मध्ये एव्हरेस्ट शिखरावर पहिली यशस्वी चढाई झाली, तेव्हा जगभरातल्या गिर्यारोहकांना हुरूप आला. त्यामुळे इतर अष्टहजारी शिखरांवरदेखील विविध मोहिमा जाऊ लागल्या. १९५४मध्ये पहिल्यांदा फ्रेंच गिर्यारोहकांनी मकालू शिखरावर चढाई करण्याचा प्रयत्न केला, पण त्यांच्या हाती अपयश आलं.

हे अपयश म्हणजे पुढच्या यशाची पायरी होती. शेवटच्या तीव्र चढाईच्या वेळी हवामानाच्या लहरीपणामुळे आलेलं अपयश उत्तम अभ्यास करून पुढल्या वर्षी त्याच संघानं पुसून टाकलं आणि ज्यो फ्रँको यांच्या नेतृत्वाखाली लिओनेल तेरे आणि जीन कोझी यांच्या रूपानं मकालू शिखरावर पहिलं मानवी पाऊल पडलं. आम्ही 'गिरिप्रेमी'नेदेखील मकालू शिखरावर यशस्वी चढाई केली आहे. २०१४मध्ये आशिष माने याच्या रूपानं मकालू शिखरावर पहिली भारतीय नागरी मोहीम यशस्वी झाली. आशिषलादेखील मकालूनं पहिल्या प्रयत्नात हुलकावणी दिली होती. शेवटच्या टप्प्यात दोरखंड कमी पडल्यानं आणि हवामान बिघडल्यानं त्याला परत फिरावं लागलं होतं. खरं तर, आशिष शिखरमाथ्याच्या अगदी जवळ पोहोचला होता. काही मिनिटं अजून चढाई केली असती, तर आशिष शिखरमाथ्यावर असता. मात्र धुक्यामुळे त्याला अंदाज आला नाही. खालच्या कँपला जेव्हा यशस्वी शिखर चढाई करून आलेल्या गिर्यारोहकांची छायाचित्रं आणि व्हिडिओ पाहिले, त्या वेळी त्याच्या लक्षात आलं की आपण शिखरमाथ्याच्या अगदी जवळ होतो. त्या वेळी मी बेसकँपला होतो. आशिषशी बोलल्यावर त्याला पुन्हा चढाई कर असं मी ठामपणे सांगितलं. आशिषलादेखील हुरूप आला आणि त्यानं चिवटपणे चढाई करत शिखरमाथा गाठला. मकालूचा अनुभव निराळाच होता.

मकालू शिखराचं वातावरण मनमोहक आहे. हे शिखर मकालू बॅरोन राष्ट्रीय अभयारण्यानं वेढलेलं आहे. इथे अनेक प्रकारच्या वनस्पती आहेत, ज्या जगात दुसरीकडे

मकालूचं अंतरंग

१. मकालू शिखराची उंची ८,४८५ मीटर (२७,८३८ फूट) आहे.
२. हे जगातलं पाचवं सर्वांत उंच शिखर आहे.
३. मकालू नेपाळ-तिबेट सीमेवर, एव्हरेस्टच्या आग्नेयेला स्थित आहे.
४. या शिखराचा आकार चार बाजू असलेल्या पिरॅमिडसारखा दिसतो.
५. मकालूवर पहिली यशस्वी चढाई १९५५मध्ये फ्रेंच मोहिमेनं केली.
६. या शिखराला पाच उपशिखरं आहेत. त्यांत कांगचुंगसे (७,४३४ मीटर) आणि चोमोनलोनजो (७,७०९ मीटर) ही दोन शिखरं महत्त्वाची आहेत.
७. मकालू मोहिमा तांत्रिकदृष्ट्या कठीण मानल्या जातात, कारण शिखरावरचे खडे उतार, हिमवादळं आणि अरुंद धार.
८. १९५४मध्ये अमेरिकन मोहिमेनं प्रयत्न केला, पण यशस्वी झाली नाही.
९. मकालू परिसर जैवविविधतेनं समृद्ध असून तो 'मकालू-बरुन नॅशनल पार्क'चा भाग आहे.
१०. आजवर मर्यादित गिर्यारोहकांनीच मकालूवर यशस्वी चढाई केली असून त्याचा मृत्यूदर तुलनेनं जास्त आहे.

शोधूनही सापडणार नाहीत. फक्त फुलझाडांच्याच तीन हजारहून अधिक प्रजाती आहेत. त्यांत २५ प्रजाती फक्त हिमालयात आढळणाऱ्या ऱ्होडोडेंड्रॉनच्या आहेत, तर ४७ प्रजाती ऑर्चिडच्या आहेत. ५६ प्रजाती अशा आहेत, ज्या दुर्मीळ प्रजाती म्हणून ओळखल्या जातात. यांतल्या स्वेरतिया बारुनेन्सिस आणि पोतेंतिल मकालूनेन्सिस या झाडांच्या प्रजाती चार हजार मीटरहून उंच ठिकाणीच आढळतात आणि फक्त याच प्रदेशांत आढळतात. म्हणून यांची नावं बॅरोन नदी आणि मकालू पर्वत या नावांवरून ठेवली आहेत.

या घनदाट जंगलांमध्ये लाल पांडा, हिमचित्ता यांचा अधिवास आहे. हे दोन प्राणी या अभयारण्यातले खरे स्थानिक. हिरव्या जंगलातून वाट काढत निघालेली बॅरोन नदी ही या संपूर्ण प्रदेशाचं रूपच पालटून टाकते. उन्हाळी दिवसांत खळखळून

वाहणारी ही नदी हिवाळ्यात गोठते आणि हिमनदीचं रूप धारण करते. स्थानिक 'लिंबू' भाषेत या नदीला 'चुकचुवा' असं म्हणतात.

आज या परिसरात मानवी वस्तीमध्ये मुख्यत्वे शेर्पा आणि लिंबू जमातीतील लोक राहतात. ऐतिहासिक नोंदी असं सांगतात की, लिंबू आणि याक्खा या मूळ प्रजाती हजारो वर्षांपासून या परिसरात वाढल्या. तिबेटमधून काही शे वर्षांनी शेर्पा इथे आले आणि याच मातीचे झाले. गिर्यारोहणातले मार्गदर्शक हा शेर्पांचा मुख्य व्यवसाय. घरातल्या स्त्रिया या प्रदेशात शेती करतात, तर पुरुष विविध शिखरांवर गिर्यारोहक मार्गदर्शक म्हणून काम करतात. स्थानिकांच्या मते मकालू पर्वतांवर देवांचा अधिवास आहे; त्यामुळे त्यांची परवानगी असेल, तरच तुम्ही शिखरचढाई करू शकता. जर देवाच्या मनात नसेल, तर तुमच्या मोहिमेमध्ये विघ्नं नक्की येणार, असं ते सांगतात. अपयशी मोहिमा म्हणजे देवाच्या मनाच्या विरुद्ध केल्यामुळे मिळालेली शिक्षा, असंही काही स्थानिक म्हणतात.

मी २०१४मध्ये या प्रदेशात ट्रेक केला. मकालू शिखरावर भारतातली पहिली नागरी मोहीम यशस्वी केली. तसं एव्हरेस्टच्या जवळ असलेलं शिखर आहे, मात्र अजून तेवढं वलय या शिखराला प्राप्त नाही झालं, असं मी म्हणेन. निष्णात गिर्यारोहक नक्कीच मकालूचं आव्हान स्वीकारतात, मात्र इथे असलेल्या तीव्र कडा आणि अतिउंचीवरचं बेभरवशी हवामान यांमुळे बरेच गिर्यारोहक या शिखरापासून दोन हात लांब राहतात. बॅरोन नदी आणि इथल्या अभयारण्यातलं सौंदर्य अनुभवण्यासाठी आणि या गर्दीत उठून दिसणारं पिरॅमिडच्या आकाराचं शिखर डोळ्यांत साठवण्यासाठी एकदा तरी इकडे जायला हवं.

आव्हानात्मक मकालू

व्हिडिओ पाहण्यासाठी क्यूआर कोड स्कॅन करा किंवा लिंकला भेट द्या.

https://youtu.be/zcp7YiveIDA?si=pcgs3cpu0LnerDfJ

प्रकरण १४

सोनेरी कांचनजुंगा

भारत हा विविधतेनं नटलेला देश आहे. भाषा, प्रदेश, धर्म, नैसर्गिक आणि भौगोलिक परिस्थिती अशा विविध अंगांनी आपला देश सजलेला आहे. यांतल्या नैसर्गिक वैविध्यतेचं प्रतीक असलेला भाग म्हणजे भारताच्या उत्तरेपासून पूर्वेपर्यंत अथांग पसरलेला हिमालय आणि डौलानं उभी असलेली हिमशिखरं. या हिमशिखरांमध्ये भारतातलं सर्वोच्च शिखर म्हणजे 'माउंट कांचनजुंगा'.

भारतातल्या सिक्कीम आणि नेपाळच्या सीमेवर असलेल्या विस्तीर्ण हिमालयन रांगांमध्ये कांचनजुंगा वसलेलं आहे. कांचनजुंगा म्हणजे बर्फात दडलेले खजिने. पाच शिखरांचा समूह असलेल्या कांचनजुंगा शिखरांमध्ये सोनं, चांदी, माणिकमोती, धान्य आणि पवित्र ग्रंथ दडलेले आहेत, अशी आख्यायिका आहे. शिखराच्या भारताकडील बाजूमध्ये राहणारे स्थानिक 'लेपाचा' लोक कांचनजुंगाला पवित्र देव मानतात. म्हणूनच या बाजूनं पर्वतावर चढाई करायला बंदी आहे. शिखरावर जाण्यासाठी नेपाळच्या बाजूनं चढाई करावी लागते.

कांचनजुंगा हे जगातलं तिसऱ्या क्रमांकाचं उंच शिखर असून त्याची उंची ८,५८६ मीटर एवढी आहे. माउंट एव्हरेस्ट आणि के२ या दोन शिखरांनंतर कांचनजुंगाचा क्रमांक लागतो. विशेष बाब म्हणजे, १८५०पर्यंत जगातलं सर्वांत उंच शिखर म्हणून कांचनजुंगा शिखराची नोंद होती, मात्र १८४७नंतर 'द ग्रेटेस्ट ट्रिग्नॉमेट्रिक सर्व्हे ऑफ

इंडिया'च्या माध्यमातून माउंट एव्हरेस्ट हे जगातलं सर्वांत उंच शिखर आहे, असं निरीक्षण नोंदवलं गेलं. 'सर्वांत उंच शिखर' हे बिरुद जरी नसलं, तरी कांचनजुंगाचं महत्त्व कधीच कमी झालं नाही. भारतासाठी तर कांचनजुंगा हे सुवर्णवैभव आहे. भारताच्या ईशान्येकडच्या राज्यांमध्ये गेलं, की सूर्योदयाच्या वेळी डोंगररांगांमध्ये एक शिखरसमूह सोन्याचा मुकुट परिधान केल्यासारखा भासतो. तो अगदी सोन्यासारखा चकाकतो. पहाटे दिसणाऱ्या या विलोभनीय दृश्यानं भुरळ घातली नाही, तरच नवल! हा तेजस्वी शिखरसमूह म्हणजे 'माउंट कांचनजुंगा'. दार्जिलिंग आणि आसपासच्या परिसरामध्ये कांचनजुंगा शिखरांना मनसोक्त बघण्यासाठी, त्याच्या प्रेमात पडण्यासाठी पर्यटक गर्दी करतात. असं हे विलक्षण शिखर भारतातलं सर्वांत उंच शिखर आहे. अनेक वर्षांपूर्वी जेव्हा जीपीएस प्रणाली विकसित झालेली नव्हती, त्या काळामध्ये बागडोगरा आणि आजूबाजूच्या परिसरामध्ये गस्त घालणाऱ्या भारतीय वायुसेनेला दिशादर्शकाचं काम कांचनजुंगा शिखरानं केलेलं आहे, असं वायुसेनेतले मोठे अधिकारी अभिमानानं सांगतात. हेच कांचनजुंगा शिखर आपण गेल्या काही वर्षांपासून कळत नकळतपणे अगदी जवळून पाहतो आहोत. आपल्या सर्वांच्या खिशात असणाऱ्या जुन्या शंभरच्या नोटेपाठीमागे कांचनजुंगा शिखराचंच चित्र आहे.

कांचनजुंगा शिखर जसं पर्यटकांना भुरळ घालतं, तसंच जगभरातले गिर्यारोहक कांचनजुंगा शिखरचढाईचं स्वप्न उराशी बाळगतात. निसर्गाच्या विविधतेनं नटलेलं आणि वैभवशाली इतिहास असलेलं कांचनजुंगा शिखर चढाईच्या दृष्टीनं अत्यंत कठीण श्रेणीत गणलं जातं. पाच शिखरांचा समूह असणाऱ्या कांचनजुंगा शिखरांतली चार शिखरं ८,४५० मीटरहून अधिक उंच आहेत. या चार उंच शिखरांमुळे तयार झालेल्या उंच कड्यांमुळे हा संपूर्ण प्रदेश एखाद्या तंबूसारखा भासतो. कांचनजुंगा शिखरावरचा चढाई मार्ग विस्तीर्ण आहे, म्हणूनच शिखरावरील चढाई-उतराईसाठी प्रचंड वेळ लागतो. अनेकदा या शिखरावर चढाई करून परतताना दमछाक झाल्यानं अनेक गिर्यारोहकांचा मृत्यू झाला आहे. म्हणूनच गिर्यारोहण क्षेत्रामध्ये कांचनजुंगा हे शिखर चढाईसाठी कठीण मानलं जातं. चौदा अष्टहजारी शिखरांपैकी फक्त माउंट अन्नपूर्णा (दहावं उंच शिखर) आणि माउंट ल्होत्से (चौथं उंच शिखर) या दोनच शिखरांवर कांचनजुंगापेक्षा कमी वेळा चढाई झालेली आहे. कांचनजुंगा शिखरमाथ्यावर आत्तापर्यंत फक्त जवळपास ४०० लोकांनीच यशस्वी चढाई केली आहे. आत्तापर्यंत माउंट कांचनजुंगावर दर २० गिर्यारोहकांमागे एकाचा मृत्यू झाला

आहे, तर १९९०नंतर हेच प्रमाण दर २० गिर्यारोहकांमागे चार जणांचा मृत्यू एवढं वाढलं आहे. सतत होणारे हिमप्रपात, चढाई-उतराईला लागणारा वेळ (शेवटच्या कँपपासून शिखरचढाई करून परत कँपला येण्यासाठी तब्बल २६ तास लागतात, एव्हरेस्ट शिखरचढाईत हेच अंतर १७ ते १९ तासांत पूर्ण करता येतं) आणि त्यामुळे होणारी दमछाक अशा अनेक कारणांमुळे गिर्यारोहकांचा मृत्यू होतो, मात्र योग्य तयारी केली, हवी ती काळजी घेतली आणि निसर्गाची साथ मिळाली; तर कांचनजुंगावर शिखरचढाईच्या धोक्यांवर मात करता येऊ शकते. चढाई कठीण असली, तरी कांचनजुंगाचं सौंदर्य आणि त्याला असणारं वलय गिर्यारोहकांना आकर्षित करतंच.

सुरुवातीच्या काळामध्ये अतिउंच शिखरांवरची चढाई अत्यंत कठीण मानली जायची, म्हणून फार कमी वेळा कांचनजुंगासारख्या अतिउंचीवरच्या शिखरांवर चढाईचा विचार केला गेला. विसाव्या शतकाच्या सुरुवातीपासून मात्र गिर्यारोहकांनी अतिउंच शिखरांवरील चढाईचं आव्हान अधिक गंभीरपणे स्वीकारायला सुरुवात केली आणि याचा परिपाक म्हणून या उंच शिखरांवर मोहिमा आखायला सुरुवात झाली. १९०२मध्ये डग्लस फ्रेशफील्ड यांनी कांचनजुंगा शिखरपरिसरातल्या प्रदेशाचा दौरा करून अनेक नोंदी टिपल्या. त्यांना शिखरचढाई करायची नव्हती; मात्र या परिसरातलं हवामान, तिथला निसर्ग यांचा अभ्यास करायचा होता. चढाई करायला लागणारा अभ्यास करायचा होता. हे त्यांनी आपल्या पुस्तकात नोंदवलं

कांचनजुंगा शिखराचं अंतरंग

१. कांचनजुंगाची उंची ८,५८६ मीटर (२८,१६९ फूट) आहे.
२. हे जगातलं तिसऱ्या क्रमांकाचं उंच शिखर आहे.
३. कांचनजुंगा भारत-नेपाळ सीमेवर, सिक्कीमच्या उत्तरेला स्थित आहे.
४. या शिखरावर पहिली यशस्वी चढाई १९५५मध्ये ब्रिटिश मोहिमेनं केली.
५. पहिल्यांदा शिखरावर पोहोचले, जॉर्ज बँड आणि जो ब्राउन.
६. स्थानिक परंपरेनुसार, शिखराला देवस्थान मानून मोहिमा प्रत्यक्ष शिखराच्या थोडं खालीच थांबतात.
७. कांचनजुंगा हा पाच शिखरांचा समूह आहे, म्हणून त्याला 'पंचशिखरं' असंही म्हणतात.
८. सिक्कीम आणि दार्जिलिंगच्या लोकांच्या दृष्टीनं कांचनजुंगा ही संरक्षक देवता आहे.
९. या पर्वताभोवतीचा परिसर जैवविविधतेनं समृद्ध असून तो 'कांचनजुंगा बायोस्फिअर रिझर्व्ह'चा भाग आहे.
१०. कांचनजुंगा मोहिमा अजूनही तांत्रिकदृष्ट्या कठीण मानल्या जातात. हिमस्खलन आणि हवामानातले बदल सतत धोका निर्माण करतात.

आणि चढाईसाठी आवश्यक माहिती गिर्यारोहकांना उपलब्ध झाली. १९०५मध्ये ब्रिटिश मोहिमेअंतर्गत अलेस्टर क्रॉली यांनी कांचनजुंगावरच्या चढाईचा पहिला प्रयत्न केला, मात्र ६,५०० मीटरपर्यंत पोहोचल्यानंतर हिमप्रपाताच्या शक्यतेमुळे त्यांना खाली परतावं लागलं. पुन्हा काही दिवसांनी चढाई करत क्रॉलीचे संघसदस्य ७,६०० मीटरपर्यंत पोहोचले, मात्र खराब हवामानाचा त्यांना फटका बसला आणि त्यांच्यातला एक सदस्य आणि तीन पोर्टर मृत्युमुखी पडले.

पुढे अनेक वर्षं कांचनजुंगावर चढाईसाठी प्रयत्न केले गेले, मात्र कोणालाही यश आलं नाही. २५ मे १९५५ रोजी ज्यो ब्राऊन आणि जॉर्ज बँड यांनी ब्रिटिश मोहिमेअंतर्गत कांचनजुंगावर पहिल्यांदा यशस्वी चढाई केली आणि इतिहास रचला. ही चढाई करताना त्यांनी नेपाळच्या बाजूनं असणाऱ्या मार्गावरून चढाई केली. या

यशस्वी चढाईनंतर पुढे २२ वर्षं कांचनजुंगा शिखर मोहिमा यशस्वी होऊ शकल्या नाही. १९७७मध्ये भारताच्या सैन्यदलाच्या मोहिमेअंतर्गत कर्नल नरेंद्र कुमार यांच्या संघानं माउंट कांचनजुंगावर यशस्वी चढाई केली. भारताच्या संघानं सिक्कीमच्या बाजूच्या मार्गाचा अवलंब केला, जो चढाईसाठी सामान्यतः बंद ठेवण्यात आलेला होता. भारत सरकारच्या विशेष परवानगीनं हा मार्ग खुला करण्यात आला होता. १९२९ आणि १९३१मध्ये जर्मन संघानं या मार्गानं चढाई करण्याचा प्रयत्न केला होता, मात्र त्यांना यश आलं नव्हतं. त्यांच्या मोहिमांचा अभ्यास करून भारतीय मोहिमेनं कांचनजुंगावर यशस्वी चढाई केली. या चढाईची विशेष आठवण म्हणून त्या काळी भारतीय टपाल खात्यानं 'कांचनजुंगा' शिखर मोहिमेच्या सन्मानार्थ खास टपाल तिकीट प्रसिद्धदेखील केलं. यावरून 'कांचनजुंगा' शिखराचं वलय अधोरेखित होतं.

विशेष म्हणजे आम्ही 'गिरिप्रेमी'नं २०१९मध्ये कांचनजुंगा शिखरावर यशस्वी मोहीम केली. १५ मे २०१९च्या पहाटे साडेपाच ते सहाच्या दरम्यान 'गिरिप्रेमी'च्या दहा शिलेदारांनी कांचनजुंगा शिखरावर भारतीय तिरंगा फडकावून भारतीय गिर्यारोहण इतिहासाचा नवा अध्याय रचला. खडतर आव्हानांचा सामना करत, सतत बदलणाऱ्या हवामानाशी झुंजत 'गिरिप्रेमी'च्या गिर्यारोहकांनी अक्षरशः यश खेचून आणलं. आशिष माने, रुपेश खोपडे, भूषण हर्षे, आनंद माळी, प्रसाद जोशी, कृष्णा ढोकले, डॉ. सुमित मांदळे, विवेक शिवदे, किरण साळस्तेकर आणि जितेंद्र गवारे यांनी शिखरावर चढाई केली. या मोहिमेचं नेतृत्व करण्याची संधी मला मिळाली. आजही सर्वांत मोठ्या संघानं एकाच दिवशी कांचनजुंगा शिखरावर चढाई करण्याचा विक्रम आमच्या संघाच्या नावावर आहे, याचा आम्हाला सार्थ अभिमान आहे.

सोनेरी कांचनजुंगा

व्हिडिओ पाहण्यासाठी क्यूआर कोड स्कॅन करा किंवा लिंकला भेट द्या.

https://youtu.be/y2_B0KxI_yc?si=3thaTw6GFwSYONOb

१५

तिबेटी शिशापंग्मा

जगाच्या पाठीवर आठ हजार मीटरपेक्षा उंच १४ शिखरं आहेत. ही सगळीच शिखरं हिमालयात वसलेली आहेत. पाच पाकव्याप्त काश्मीरमध्ये, सात नेपाळमध्ये तर दोन शिखरं ही पूर्णपणे तिबेटमध्ये आहेत. त्यांपैकी एक म्हणजे माउंट च्योयु अन् दुसरं माउंट शिशापंग्मा. तिबेट हा जगासाठी अनवट आणि अगम्य प्रदेश. इथे राहणारी माणसं, इथलं आजचं जीवनमान हे फारसं जगासमोर येत नाही. कारणं काहीही असतील, मात्र तिबेटला गेल्यावर हिमालयात असतानादेखील आपलंसं वाटत नाही, हे तितकंच खरं. याचा अनुभव आम्ही च्योयु शिखर मोहिमेच्या वेळी घेतला होता. चिनी आधिपत्याखाली असलेल्या प्रदेशाला नुसती भेट देणं म्हणजेही दिव्यच. शिखरचढाईपेक्षा तिबेटला जाण्यासाठी करावी लागलेली कसरत ही पर्वतचढाईइतकीच कठीण होती. आज तर आपल्यासाठी तिबेटमध्ये प्रवेश बंद आहे. त्यामुळे च्योयुनंतर शिशापंग्मा शिखरचढाई करण्याचं आमचं स्वप्न अजूनही तसंच आहे.

८,०२७ मीटर उंच असलेलं शिशापंग्मा शिखर हे जगातल्या चौदा उंच शिखरांपैकी चौदावं उंच शिखर आहे. तिबेटच्या नैऋत्य दिशेला चीनच्या मुख्य भूभागाला जोडणाऱ्या हिमालयामध्ये हे शिखर वसलेलं आहे. शिशापंग्माची स्थानिक ओळख 'गॉड ऑफ ग्रासलँड' अशी आहे. स्थानिक भाषेत 'शिशा' म्हणजे 'रांग', तर

'पंग्मा' म्हणजे 'हिरवळ'. हिरवळीनं नटलेल्या विस्तीर्ण शिखरांच्या रांगेत नटून उभं असलेलं शिखर म्हणजे शिशापंग्मा. १८० वर्ग किलोमीटर इतक्या विस्तीर्ण प्रदेशात ही छोटी शिखररांग वसलेली आहे. शिशापंग्मा शिखराला जोडून असलेली धार (ज्याला इंग्रजीमध्ये 'रिज' असं म्हणतात) तब्बल दोन किलोमीटर विस्तीर्ण आहे, ज्यामध्ये मुख्य शिखर, पश्चिम आणि पूर्व अशा तीन शिखरांचा समावेश होतो. एकीकडे रूक्ष, तिबेटी, कोरडं वातावरण; तर दुसऱ्या बाजूला नेपाळमध्ये असलेली विस्तीर्ण अशी लँगटांग नॅशनल पार्कची डोळे दिपवून टाकणारी हिरवळ. म्हणूनच शिशापंग्मा चढाई करताना येणारे अनुभव हे शब्दातीत आहेत. इतर शिखरांप्रमाणेच शिशापंग्माचंदेखील स्थानिक तिबेटी संस्कृतीमध्ये विशेष महत्त्व आहे. तिबेटी लोकांसाठी शिशापंग्मा हे मोठं पवित्र शिखर आहे आणि त्याला देवतेचा दर्जा आहे.

गिर्यारोहण क्षेत्रामध्ये इतर अष्टहजारी शिखरांच्या तुलनेत शिशापंग्मा तसं कमी प्रसिद्ध आहे. एकतर तिबेटसारख्या दुर्गम भागात, त्यात चीनच्या आडमुठ्या धोरणांमुळे इथे साधा एक परवाना मिळवण्यासाठी नुसती धडपड करावी लागते. त्यामुळे अष्टहजारी शिखरांची चढाई-मालिका पूर्ण करण्यासाठी एक-एकदा गिर्यारोहक या शिखरावर चढाई करण्यासाठी नक्की येतात. अगदी गिर्यारोहणाच्या सुरुवातीच्या काळातदेखील शिशापंग्मा शिखर चढाई करण्यासाठी १९६४ हे साल उजाडलं, या शिखरावर पहिली यशस्वी चढाई झाली २ मे १९६४ रोजी. तीदेखील चिनी गिर्यारोहकांनी चढाई केली. झू जिंग, वांग फुझ्रू आणि ची झिन यांनी चढाई करत अनवट शिशापंग्माला गवसणी घातली. शिशापंग्मा शिखरचढाईचे दोन मुख्य मार्ग आहेत - उत्तर बाजू आणि पश्चिम बाजू. हे संपूर्ण मार्ग चढाईच्या दृष्टीनं कठीण आहेत. उत्तरेकडचा मार्ग हा मुख्य मार्ग म्हणून ओळखला जातो, ज्यातून ८,०२७ मीटर उंचीवरचं मुख्य शिखर गाठता येतं. परंतु पश्चिमेकडचा मार्ग हा अधिक आव्हानात्मक असून, इथे अधिकाधिक तांत्रिक कौशल्यांची आवश्यकता असते. या शिखरावर चढाई करताना गिर्यारोहकांना हिमस्खलन, तीव्र थंडी आणि प्रचंड वारा यांसारख्या नैसर्गिक अडचणींना तोंड द्यावं लागतं. गिर्यारोहकांसाठी शिशापंग्मा शिखरचढाईची सुरुवात ही तिबेटच्या नायलम गावापासून होते. इथून गिर्यारोहकांना साधारण पाच-सहा दिवसांमध्ये शिखराच्या बेस कँपपर्यंत पोहोचता येतं. हा प्रवास तिबेटच्या भव्य आणि निसर्गरम्य प्रदेशातून जातो, ज्यामुळे गिर्यारोहकांना तिबेटी संस्कृतीचा अनुभव घेता येतो.

शिशापंग्मा शिखर मागच्या वर्षी चर्चेचा विषय ठरलं, ते इथे झालेल्या एका जीवघेण्या स्पर्धेनं. अमेरिकेतल्या दोन महिला गिर्यारोहक जिना झुसिड्लो आणि ॲना गुट्टु यांनी १४ अष्टहजारी शिखरांपैकी १३ शिखरांवर चढाई केली होती. शिशापंग्मा हे त्यांचं चौदावं शिखर होतं. ऑक्टोबर २०२३च्या सुरुवातीलाच दोघींनीही तिबेटमध्ये स्थित च्यो ओयु शिखरावर चढाई पूर्ण केली होती. दोघींचं ध्येय हे चौदावं शिखर - शिशापंग्मा. या आधी कोणत्याही अमेरिकन महिलेनं जगातल्या चौदाही अष्टहजारी शिखरांवर चढाई केली नव्हती. त्यामुळे जिना आणि ॲना यांच्यात '१४ अष्टहजारी शिखरांवर चढाई करणारी पहिली अमेरिकन महिला' याच्यासाठी चढाओढ लागली आणि त्याची परिणती अपघातामध्ये झाली. शिशापंग्माचा शिखरमाथा ४०० मीटरवर असताना ॲना गुट्टु आणि मिंगमार शेर्पा हे मोठ्या हिमप्रपाताच्या तडाख्यात सापडले आणि त्यातच त्यांचा मृत्यू झाला. जिना आणि तेनजेन लामा शेर्पा हे काहीसे खालच्या भागात होते. पहिल्या हिमप्रपातानंतरदेखील त्यांनी चढाई चालूच ठेवली आणि दोन तासांनी आलेल्या दुसऱ्या हिमप्रपातामध्ये अडकले. या प्रपाताचा

तडाखा इतका जबरदस्त होता, की त्यानंतर ते दोघंही कुठे गेले याचा थांगपत्ता लागला नाही. त्यांच्यासोबत इतर गिर्यारोहकदेखील होते. त्यांपैकी काही जणदेखील यांत जखमी झाले. या सर्वांच्या मदतीला गेलेल्या शेर्पा तुकडीतल्या मिंग्मा जी या अत्यंत अनुभवी आणि निष्णात गिर्यारोहकालाही गंभीर दुखापत झाली. हे सर्व घडलं, कारण कोणाला तरी 'पहिलं' यायचं होतं. ही स्पर्धा तर जीवघेणी होतीच, ज्यामुळे गिर्यारोहण जगत हादरून गेलं होतं; सोबतच यात माझं, 'गिरिप्रेमी'चंही

शिशापंग्मा शिखराचं अंतरंग

१. शिशापंग्मा शिखराची उंची ८,०२७ मीटर (२६,३३५ फूट) आहे.
२. हे जगातलं १४ अष्टहजारी शिखरांपैकी सर्वांत कमी उंचीचं शिखर आहे.
३. शिशापंग्मा पूर्णपणे तिबेटमध्ये (चीन) स्थित असलेलं एकमेव अष्टहजारी शिखर आहे.
४. या शिखरावर पहिली यशस्वी चढाई १९६४मध्ये झू जिंग यांच्या नेतृत्वाखालील चिनी मोहिमेनं केली.
५. शिशापंग्मा दोन भागांत विभागलं जातं - मुख्य शिखर (८,०२७ मीटर) आणि केंद्रीय शिखर (८,००८ मीटर).
६. 'शिशापंग्मा' या नावाचा अर्थ तिबेटी भाषेत 'गवताळ मैदानी प्रदेशावरचं उंच शिखर' असा होतो.
७. या पर्वताभोवतीचा परिसर अत्यंत थंड आणि वाऱ्यांनी भरलेला असल्यामुळे मोहिमा कठीण ठरतात.
८. शिशापंग्मा मोहिमांसाठी १९७८नंतरच परदेशी गिर्यारोहकांना परवानगी देण्यात आली.
९. या शिखरावर तुलनेनं कमी मोहिमा झालेल्या असल्या, तरी मृत्यूदर लक्षणीय आहे.
१०. शिशापंग्मा आजही साहसप्रेमी गिर्यारोहकांसाठी आकर्षण आहे, कारण ते सर्वांत सुलभ मानलं जाणारं अष्टहजारी आहे; पण हवामानामुळे आव्हान कायम आहे.

वैयक्तिक नुकसान झालं. कारण या स्पर्धेचा बळी ठरलेला तेनजेन लामा शेर्पा हा 'गिरिप्रेमी'च्या परिवारातला होता.

'गिरिप्रेमी'नं आत्तापर्यंत नेपाळमधली सात आणि तिबेटमधलं एक अशा आठ अष्टहजारी शिखरांवर चढाई केली आहे. पाकव्याप्त काश्मीरमधली पाच आणि तिबेटमधलं हे शिशापंग्मा अशी सहा शिखरं बाकी आहेत. यांपैकी तिबेटमधलं शिशापंग्मा हे आमचं पुढचं ध्येय आहे, मात्र चीन सरकार काही आपल्याला इतक्यात आणि सहजासहजी परवानगी देत नाही. जेव्हा ही परवानगी मिळेल, तेव्हा या शिखरावरदेखील भारतीय तिरंगा डौलानं फडकवला जाईल, असा आम्हाला विश्वास आहे.

तिबेटी शिशापंग्मा

व्हिडिओ पाहण्यासाठी क्यूआर कोड स्कॅन करा किंवा लिंकला भेट द्या.

https://youtu.be/plA-byeNMFY?si=bbOssxDqRQap9kGo

प्रकरण १६

एव्हरेस्टची भावंडं

८,८४८ मीटर उंच असलेल्या जगातील सर्वोच्च शिखर एव्हरेस्टचं रूपच निराळं आहे. तुम्ही जेव्हा एव्हरेस्टला पहिल्यांदा बघता, तेव्हा हरखून जाता. दूरवरून एव्हरेस्टच्या आजूबाजूला त्याची भावंडं डौलानं उभी दिसतात. हो, भावंडंच! एव्हरेस्टला लागूनच ८,५१६ मीटर उंच ल्होत्से शिखर आहे. जगातलं चौथं उंच शिखर म्हणून ल्होत्सेची ओळख आहे. ल्होत्सेच्या उत्तरेला एव्हरेस्ट आहे, तर पश्चिमेला नुप्त्से. या शिखराची उंची आहे, ७,८६१ मीटर. या तिन्ही शिखरांचं मिळून अवाढव्य आणि विस्तीर्ण असं मॅसिफ तयार होतं. उंच विमानातून जेव्हा हे मॅसिफ बघतो, तेव्हा या मॅसिफचा आकार घोड्याच्या पायातल्या नाळेप्रमाणे भासतो आणि खाली उभं राहिल्यावर तिन्ही बाजूंना उंचच उंच भिंत उभी असल्यासारखं वाटतं. याचसोबत एव्हरेस्ट बेस कँपला लागूनच ७,१६१ मीटर उंच शिखर आहे. त्याचं नाव माउंट पुमोरी. शेर्पा भाषेत 'पुमोरी'चा अर्थ 'मुलगी' असा होतो. एव्हरेस्टच्या कुशीत वसलेल्या या शिखराला 'एव्हरेस्टची मुलगी' असंदेखील म्हणतात. त्यामुळे अनेक गिर्यारोहकांनी आपल्या मुलीचं नावदेखील 'पुमोरी' असं ठेवलं आहे.

पुमोरी शिखरावर चढाई करण्याचा पहिला यशस्वी प्रयत्न १९६२मध्ये जर्मन आणि स्विस गिर्यारोहकांच्या संघानं केला. पुमोरीच्या चढाईत तांत्रिक आव्हानं आहेत; विशेषतः याच्या उत्तर-पश्चिमेच्या काठावर, जिथे खडकाळ भाग आणि

टणक हिम आढळतं. पुमोरीची खासियत म्हणजे इथे होणारे हिमप्रपात. एव्हरेस्ट बेस कँपला एका बाजूनं खुंबू आइसफॉलच्या हिमप्रपातांचा धोका असतो, तर दुसरीकडे पुमोरीहून येणाऱ्या हिमप्रपातांचा. बेस कँपच्या अगदी जवळ असल्यानं पुमोरीहून होणाऱ्या हिमप्रपातांचा आवाज धडकी भरवणारा असतो. कधीकधी बेस कँपवरची सकाळ या आवाजांनीच होते. २०१५मध्ये एप्रिल महिन्यात नेपाळमध्ये झालेल्या भूकंपानंतर झालेल्या हिमप्रपातानं बेस कँपवरच्या वीसहून अधिक गिर्यारोहकांचा आणि त्यांच्या साहाय्यकांचा मृत्यू झाला होता. चढाईसाठी तांत्रिकदृष्ट्या तेवढंच कठीण शिखर म्हणजे नुप्त्से. हे शिखर एव्हरेस्टच्या दक्षिण-पश्चिमेच्या काठावर स्थित आहे आणि याची उंची ७,८६१ मीटर आहे. नुप्त्सेचा शब्दश: अर्थ 'पश्चिमेचं शिखर' असा होतो. एव्हरेस्टचं पश्चिम शिखर म्हणजे नुप्त्से. हे एक शिखर नसून अनेक शिखरांचा समूह असून सर्वांत उंच आणि एव्हरेस्टला लागून असलेलं शिखर म्हणजे नुप्त्से-१, ज्याला रूढ भाषेत 'नुप्त्से' असंच म्हणतात. नुप्त्सेची ओळख 'फसवं एव्हरेस्ट' अशीदेखील आहे. एव्हरेस्ट बेस कँप मार्गावर असलेल्या गोरक्षेप गावातून जेव्हा आपण एव्हरेस्ट शिखराकडे बघतो, तेव्हा उंच आणि जवळ भासणारं शिखर म्हणजे नुप्त्से. अनेक जण यालाच एव्हरेस्ट समजतात आणि फसतात. म्हणून

हे फसवं एव्हरेस्ट आहे, असं म्हटलं जातं. १९६१मध्ये ब्रिटिश गिर्यारोहकांनी या शिखरावर पहिली चढाई केली होती. नुप्त्सेचं मुख्य शिखर अनेकदा एव्हरेस्टच्या छायेत राहतं, परंतु त्याच्या पूर्वेकडच्या चढाईत असलेली अत्यंत तांत्रिक आव्हानं पर्वतारोहकांना खूपच आवडतात. नुप्त्सेच्या खालच्या भागात मोठ्या प्रमाणात बर्फाचे कठीण कडे आहेत, जे चढाईसाठी खूपच कठीण गणले जातात. अनेक गिर्यारोहक नुप्त्से शिखरावर एव्हरेस्ट चढाईची तयारी करतात. २०१७मध्ये मी जेव्हा एव्हरेस्ट बेस कँपवर होतो, तेव्हा जगप्रसिद्ध गिर्यारोहक उली स्टेक अल्पाईन पद्धतीनं शिखर चढाई करणार होता. त्याचा सराव करण्यासाठी नुप्त्से शिखरावर एकट्यानं चढाई करत होता, मात्र एका ठिकाणी अंदाज चुकल्यानं त्याचा पाय घसरला आणि थेट काही हजार फूट दरीत जाऊन कोसळला. त्याच्या या चढाईचा मी जवळून अनुभव घेत होतो, त्यामुळे त्याचा अपघात आणि मृत्यू मनाला चटका लावून गेला. नुप्त्सेची आणखी एक आठवण म्हणजे, २०१२मध्ये आमचा संघ जेव्हा कँप-३कडे चढाई करत होता, तेव्हा नुप्त्से फेसवरून कडा कोसळून एक मोठा हिमप्रपात क्षणार्धात खाली आला. संपूर्ण संघ त्यात सापडला. सुदैवानं कोणताही दगड वा हिम आम्हाला खाली घेऊन गेलं नाही, फक्त भुसभुशीत हिमानं

एव्हरेस्ट सिस्टर्सचं अंतरंग

१. एव्हरेस्ट परिसरातल्या 'सिस्टर्स' शिखरांमध्ये प्रामुख्यानं ल्होत्से, नुप्त्से, चो-ओयु, पुमोरी आणि आमा दबलाम या पर्वतशिखरांचा समावेश होतो.

२. तिबेटी भाषेत ल्होत्से या नावाचा अर्थ 'दक्षिण शिखर' असा सांगतात, कारण ते एव्हरेस्टच्या दक्षिणेला आहे.

३. नुप्त्से हे शिखर जरी ८,००० मीटरखाली असलं, तरी ते एव्हरेस्टच्या बेस कँपमधून सर्वांत प्रभावी दिसतं.

४. चो-ओयुवर गिर्यारोहकांना स्की-डिसेंट करण्याचा अनुभव मिळाला आहे. काही मोहिमांनी हे यशस्वीरीत्या केलेलं आहे.

५. पुमोरी शिखरावर १९६२मध्ये प्रथम यशस्वी चढाई अमेरिकन गिर्यारोहकांनी केली.

६. आमा दबलाम शिखराला त्याच्या विशिष्ट आकारामुळे 'हिमालयाचं सर्वांत सुंदर शिखर' म्हटलं जातं.

७. या सर्व शिखरांपैकी एव्हरेस्टवर चढण्यापूर्वी गिर्यारोहकांना acclimatizationसाठी पुमोरी आणि आमा दबलामसारखी शिखरं वापरली जातात.

८. ल्होत्से फेस हा एव्हरेस्ट मोहिमेतला सर्वांत धोकादायक टप्पा मानला जातो, कारण त्यावरूनच एव्हरेस्टच्या दक्षिण मार्गाची सुरुवात होते.

९. या शिखरांपैकी काहींना स्थानिक नेपाळी आणि तिबेटी लोक देवतास्वरूप मानतात आणि त्यांच्याभोवती दंतकथा सांगितल्या जातात.

१०. एव्हरेस्टच्या सावलीत असली, तरी या शिखरांना स्वतंत्र स्थान आहे. त्यांच्यामुळे एव्हरेस्ट परिसराचा भूगोल, संस्कृती आणि गिर्यारोहणाचा अनुभव अधिक समृद्ध होतो.

आम्ही अक्षरशः माखून गेलो. दैव बलवत्तर म्हणून वाचलो, नाही तर होत्याच नव्हतं झालं असतं.

जसं नुप्त्से हे पश्चिम शिखर आहे, तसं ल्होत्से हे एव्हरेस्टचं 'दक्षिण शिखर' म्हणून ओळखलं जातं. ८,५१६ मीटर उंच असलेलं ल्होत्से हे जगातलं चौथं सर्वांत उंच शिखर आहे. १९५६मध्ये स्विस गिर्यारोहक संघानं यावर पहिली यशस्वी चढाई केली होती. ल्होत्से शिखराची चढाई ही एव्हरेस्टच्या चढाईप्रमाणेच तांत्रिकदृष्ट्या आणि शारीरिकदृष्ट्या आव्हानात्मक गणली जाते. कँप-३पर्यंत तर एव्हरेस्ट आणि ल्होत्से शिखराचा मार्गदेखील एकच आहे. ल्होत्सेचं आव्हान म्हणजे शिखराची दक्षिण बाजू. एव्हरेस्ट आणि ल्होत्से शिखरावर चढाई करण्याचे विविध मार्ग आहे, ज्यांतल्या अनेक खडतर मार्गांवरून निष्णात गिर्यारोहकांनी चढाई यशस्वी केली आहे. अपवाद फक्त 'ल्होत्से साऊथ'चा! खडी चढण, खडकाळ अन् टणक हिमाचा

भाग यांमुळे चढाईसाठी मार्ग तयार करणं अवघड जातं. आजपर्यंत या बाजूनं ल्होत्से शिखरावर चढाई होऊ शकली नाही. जगप्रसिद्ध गिर्यारोहक जरझी कुकुजका यांचा मृत्यूदेखील याच फेसवरून चढाई करताना झाला होता.

या तिन्ही शिखरांवर चढाई करण्यासाठी गिर्यारोहकांना अत्यंत तांत्रिक कौशल्याची आणि शारीरिक क्षमतेची गरज भासते. पुमोरी, नुप्त्से आणि ल्होत्से यांची वैशिष्ट्यं आणि त्यांच्यावरची आव्हानं पाहता, या शिखरांनी एव्हरेस्टच्या छायेत असूनदेखील गिर्यारोहणविश्वात आपलं महत्त्व कायम राखलं आहे. पुमोरीच्या निसर्गरम्य दृश्यांपासून नुप्त्सेच्या तांत्रिक आव्हानांपर्यंत आणि ल्होत्सेच्या अत्युच्च उंचीच्या अनुभवांपर्यंत प्रत्येक शिखरानं गिर्यारोहकांना अनंत आव्हानं आणि साहसी अनुभव दिले आहेत. त्यांच्या उंचीवरून आणि स्थानावरून त्यांनी पर्वतारोहणविश्वात एक विशेष स्थान निर्माण केलं आहे आणि त्यांची महत्ता एव्हरेस्टच्या शिखराच्या बरोबरीनंच आहे.

ही शिखरं गिर्यारोहकांना नवनवीन आव्हानं देत असतात, या शिखरांवर यशस्वी चढाई करणं हेदेखील गिर्यारोहकांसाठी एक प्रतिष्ठेचं आणि साहसाचं लक्षण मानलं जातं. एव्हरेस्टच्या छायेत असूनदेखील ही शिखरं त्यांच्या अद्वितीयतेनं आणि आव्हानांनी सर्वांच्याच मनात एक विशेष स्थान टिकवून ठेवतात.

एव्हरेस्टची भावंडं

व्हिडिओ पाहण्यासाठी क्यूआर कोड स्कॅन करा
किंवा लिंकला भेट द्या.

https://youtu.be/ZlDFpG0TM9g?si=2V-KfpFjpnzSC1Du

भाग ३

युद्ध, राजकारण आणि साहस

हिमालय फक्त अध्यात्म आणि साहसापुरता मर्यादित नाही. भू-राजकारण, सीमासंघर्ष आणि लष्करी रणनीती यांमध्ये याचं महत्त्व प्रचंड आहे. सियाचीन हे जगातलं सर्वांत उंच रणांगण मानलं जातं, जिथे भारतीय सेनेनं अनेक दशकं अविश्वसनीय धैर्य दाखवलं आहे. हिमालयातल्या या भागात तापमान -५० अंश सेल्सिअसपर्यंत घसरतं, पण तरीही सैनिक देशाचं रक्षण करतात.

पंचकैलास हे श्रद्धा, गूढ आणि साहस यांचा संगम आहे. कैलासाची यात्रा हजारो वर्षांपासून लोकांना आकर्षित करते आणि गिर्यारोहणासोबत आध्यात्मिकता अनुभवायला लावते. मेरू हा गिरिशिखरांतला अद्वितीय डोंगर आहे, जो आपल्या वेगळ्या रचनेमुळे गिर्यारोहकांसाठी खास आव्हान बनतो. तिबेटी हिमालय हा गूढतेचा प्रदेश आहे. इथल्या शिखरांमध्ये अजूनही न उलगडलेली रहस्यं दडलेली आहेत.

या भागात आपण हिमालयाच्या युद्धनीतीपासून, गूढ यात्रेपासून अद्वितीय डोंगरांपर्यंतचा प्रवास करणार आहोत. या कथा फक्त भौगोलिक नाहीत; तर मानवी इतिहास, श्रद्धा आणि साहस यांच्या अनोख्या संगतीचा भाग आहेत.

प्रकरण १७

सियाचीनचं गारूड

भारतीय नकाशामध्ये उत्तर टोकाला एक अशी जागा आहे, ज्याचं भौगोलिक आणि सामरिक महत्त्व खूप मोठं आहे. एका बाजूला चीन, तर दुसऱ्या बाजूला पाकिस्तान; त्यात अतिउंचीचा प्रदेश. नेहमीचं हवामान उणे अंश सेल्सियसमध्येच. जोराचा वाहणारा वारा, त्यात सतत होणारी हिमवृष्टी हे सगळं नित्याचंच. हे सर्व काही घडतंय अठरा हजार फुटांहून अधिक उंचीवर! म्हणजेच किमान साडेपाच ते सहा हजार मीटर उंचीवर. म्हणजे हिमालयातल्या कित्येक गिरिशिखरांपेक्षाही उंच ठिकाणी काही हजारांमध्ये भारतीय सैनिक निर्भयपणे उभे आहेत, देशाच्या रक्षणाकरिता. सियाचीन हे काही एखादं हिमशिखर नाही. ही आहे एक विस्तीर्ण हिमनदी. पण इथे असणारी भौगोलिक आव्हानं ही एखाद्या हिमशिखरांपेक्षाही मोठी आहेत. त्यामुळे हिमालयातले पर्वत जाणून घेताना सियाचीनदेखील समजून घ्यायलाच हवा.

सियाचीनविषयी सर्वच भारतीयांच्या मनात कुतूहल आणि अभिमान असे दोन्ही आहेत. आम्ही गिर्यारोहण करताना सहा हजार मीटर उंचीवर अनेकदा गेलो आहोत, त्यामुळे इथला 'बॉलगेम' काय असतो याचा पुरता अंदाज आहे. जसजसं आपण हाय अल्टिट्यूडला जातो, तसतसं हवेतल्या ऑक्सिजनचं प्रमाण विरळ होतं. म्हणजेच एखाद्या धडधाकट माणसालादेखील सहा हजार मीटर उंचीवर गेल्यावर धाप लागणं अत्यंत साहजिक आहे. एवढ्या उंचीवर सहज वावरायचं

असेल, तर शारीरिक तयारी ही कसूनच करावी लागते. त्यात सर्वदूर पसरलेलं पांढरं हिम, सूर्यप्रकाशाचा अभाव यांमुळे मानसिकतेचा कस लागतो. हे आम्ही दर वर्षातले काही दिवस अनुभवत असतो. यासाठी तयारी मात्र वर्षभर चालू असते. इथे सियाचीनमध्ये भारतीय सैनिक सहा-सहा महिने अशा वातावरणामध्ये काढतात, तेही डोळ्यांत तेल घालून; त्यामुळे या सैनिकांविषयी असलेलं कौतुक आणि अभिमान हा शब्दातीत आहे.

सियाचीन हिमनदी ही हिमालयातल्या काराकोरम पर्वतरांगेचा भाग आहे. या पर्वतशृंखलेच्या पूर्वेकडच्या भागांमध्ये सियाचीन वसलेलं आहे. इथली सरासरी उंची ही वीस हजार फूट इतकी भव्य आहे. तब्बल ७६ किलोमीटर लांब असलेली ही हिमनदी 'ध्रुवीय प्रदेशातली सर्वांत लांब हिमनदी' म्हणून ओळखली जाते. या हिमनदीचं नाव सियाचीन किंवा सियाचीन पडण्यामागे स्थानिक जैवसृष्टीचा संबंध आहे. सियाचीन हिमनदी ज्या ठिकाणी नुब्रा नदीचं रूप धारण करते, त्या उगमाच्या ठिकाणी मोठ्या प्रमाणावर रानटी गुलाब आढळून येतात. या रानटी गुलाबांना स्थानिक बाल्टी भाषेत 'सिया' असं म्हणतात आणि सियांचा प्रदेश (प्रदेश अर्थात चेन किंवा चीन) म्हणून याचं नाव होतं सियाचीन.

सियाचीन हिमनदीचा थेट संबंध हा जगातली सर्वांत मोठी सिंचन व्यवस्था ज्या नदीवर उभी आहे, त्या सिंधू नदीशी आहे. सियाचीन हिमनदी वितळल्यावर ते पाणी जातं थेट नुब्रा नदीमध्ये. लडाखमधून वाहणारी ही नदी पुढे श्योक नदीला मिळते, जी पुढे जाऊन सिंधू नदीत विलीन होते. थोडक्यात सियाचीन हिमनदीवर पाकिस्तानच्या अर्थव्यवस्थेचा कणा असलेली सिंधू नदी अवलंबून आहे, असं म्हटलं तरी वावगं ठरणार नाही. सियाचीनचा मूळ रहिवासी आहे, इथला 'स्नो लेपर्ड' अर्थात हिमबिबट्या. बर्फाळ भागात, कड्याकपारींतून वावरणारा हा हिमबिबट्या हजारो वर्षांपासून सियाचीन प्रदेशात असावा, असा तज्ज्ञांचा कयास आहे. हिमबिबट्यासोबत या भागात करड्या रंगाचं अस्वल आणि कधीकधी ॲबेक्स किंवा जंगली शेळी/मेंढीही दिसते. हिमालय अन् बर्फाळ प्रदेश यांचा अधिवास. मात्र मानवी अतिक्रमणामुळे या सर्वांचं अस्तित्व धोक्यात येत आहे. ही परिस्थिती संपूर्ण हिमालयात आहे आणि त्याला अर्थातच सियाचीनही अपवाद नाही. भारतीय सैन्य दलाकडून मात्र निसर्गाला हानी न पोहोचता, या मूळ अधिवास असणाऱ्यांना त्रास न देता अतिशय शाश्वत पद्धतीनं वावर करण्याचा

सियाचीनचं अंतरंग

१. सियाचीन हिमनदीची उंची सरासरी ६,०००-६,७०० मीटर आहे.
२. भारत आणि पाकिस्तानचं सैन्य इथे १९८४पासून तैनात आहे.
३. दरवर्षी अंदाजे १०,००० सैनिक या कठीण हवामानात तैनात केले जातात.
४. सियाचीन इथे हिवाळ्यात तापमान -५८ अंश सेल्सियस आणि उन्हाळ्यात -१० अंश सेल्सियसपर्यंत असते.
५. सियाचीनसाठी दरवर्षी अंदाजे ७,००० कोटी रुपये खर्च होतात, ज्यामुळे हे जगातील सर्वांत महागडं रणांगण बनतं.
६. हिमनदीवर दरवर्षी २००हून अधिक हिमस्खलन आणि बर्फाळ दुर्घटना नोंदवल्या जातात.
७. १९८७-२०२० दरम्यान इथे ७०पेक्षा जास्त सैनिक खराब हवामानामुळे किंवा अपघातांमुळे गमावले गेले.
८. इथे दरवर्षी सुमारे ५०-७० किलोमीटर रस्त्यांचं नूतनीकरण होतं.
९. सियाचीन हिमनदीचं क्षेत्र सुमारे ७५ किलोमीटर लांब आणि २५ किलोमीटर रुंद आहे.
१०. या प्रदेशामुळे भारताला उच्च हिमालयातील सामरिक नियंत्रण राखता येतं.

प्रयत्न नेहमीच राहिला आहे.

सियाचीन हिमनदीचं कुतूहल एकोणिसाव्या शतकापासून आहे. १८२१च्या नुब्रा प्रदेशातले डब्ल्यू. मूरक्रॉफ्ट यांच्या पहिल्या मोहिमेपासून ते १८४८मध्ये हेन्री स्टार्ची प्रत्यक्ष शोध मोहिमेपर्यंत या प्रदेशाचं अनेकांना आकर्षण राहिलं आहे. हेन्री यांनी पहिल्यांदा १८४८मध्ये सियाचीन हिमनदीच्या दिशेनं तीन किलोमीटर चढाई करत सियाचर घईंरीबद्दल (घईंरी म्हणजे स्थानिक बाल्टी भाषेत हिमनदी) विविध माहिती जगासमोर आणली. २० हजार फुटांवर वसलेल्या हिमनदीवर पहिली यशस्वी चढाई झाली ती १९११-१२मध्ये, जेव्हा अमेरिकी गिर्यारोहक जोडी फॅनी बुलॉक वर्कमन आणि विल्यम हंटर वर्कमन यांनी हिमनदीच्या पश्चिम दिशेनं चढाई

केली. आज सियाचीन गिर्यारोहकांसाठी खुलं नाही. इथे अथवा याच्या आसपास असणाऱ्या कोणत्याही शिखरावर चढाई करायची असेल, तर सैन्यदलाची परवानगी लागते. अशी परवानगी सगळ्यांनाच मिळेल असं नाही. मिळाली, तरी त्यात कधीही बदल होऊ शकतो. ऐन वेळी तुमचा परवाना रद्द होऊ शकतो. ऐकताना थोडं त्रासिक वाटत असलं, तरी सियाचीनचं सामरिक महत्त्व, बदलणारी राजकीय परिस्थिती आणि इतर अनेक कारणांमुळे सैन्यदलाला असे कठोर निर्णय घ्यावे लागतात. त्यामुळे एक गिर्यारोहक म्हणून माझी याबद्दल काहीएक तक्रार नाही. सियाचीन आणि गिर्यारोहकांचं एक वेगळ्या प्रकारचं घनिष्ठ नातं आहे. १९८०च्या दशकामध्ये जेव्हा पाकिस्ताननं सियाचीनवर आपला कायमचा ताबा मिळवण्यासाठी हालचाल सुरू केली, तेव्हा भारताकडून मोठी पावलं उचलली. यात कर्नल नरेंद्र कुमारांची कामगिरी फार महत्त्वाची आहे. त्यांनी १९७८ आणि १९८१मध्ये भारतीय सैन्याच्या तुकडीला घेऊन सियाचीन हिमनदीवर दोन मोहिमा केल्या. त्यांच्या तुकडीतल्या सैनिकांनी २५ हजार ४०० फूट आणि २४ हजार ३०० फूट इतक्या उंचीवर चढाई करून महत्त्वाच्या नोंदी घेतल्या. या माहितीच्या आधारावरच पुढे जाऊन भारतीय सैन्यदलाला सियाचीन हिमनदीवर तळ उभारता आला. या तळाला नावदेखील नरेंद्र

कुमारांचंच दिलं गेलं आहे. हा तळ 'कुमार बेस' म्हणून ओळखला जातो. सियाचीन हिमनदीचं भौगोलिक स्थान, तिथे असलेली हाडं गोठवणारी थंडी, उणे ३० अंशपेक्षाही कमी तापमान अशा वातावरणात अत्यंत कठीण अशी चढाई करून सैनिकी मोहीम आखणं, म्हणजे अशक्यप्राय कामगिरीच. कर्नल कुमारांनी आणि त्यांच्या संघानं सगळी आव्हानं पेलली, कारण त्यांना सैन्यदलाच्या कठोर प्रशिक्षणासोबत अनुभव होता तो गिर्यारोहण मोहिमांचा. कर्नल नरेंद्र कुमार हे भारतातील अग्रणीचे गिर्यारोहक. जगातलं तिसरं उंच शिखर असलेल्या माउंट कांचनजुंगावर ज्या भारतीय संघानं पहिल्यांदा यशस्वी चढाई केली, त्या संघाचे प्रमुख म्हणजे नरेंद्र कुमार. या कुमारांचं आणि सियाचीनचं घनिष्ठ नातं आहे आणि हे नातं त्यांच्या एकट्याचं नसून आम्हा सर्व गिर्यारोहण समाजाचं आहे, असंच आम्ही समजतो.

सियाचीनच्या शौर्यगाथा, तिथलं खडतर जीवनमान आपण नेहमीच ऐकतो, वाचतो, पाहतो. मात्र, सियाचीन नैसर्गिकदृष्ट्यादेखील खूप सुंदर आणि मनमोहक आहे. कमी प्रमाणात का होईना, हळूहळू गिर्यारोहकांना, थोड्या प्रमाणात ट्रेकर्सना आणि पर्यटकांना सियाचीनचं गारूड नक्कीच अनुभवायला मिळेल, असा मला विश्वास आहे.

सियाचीनचं गारूड

व्हिडिओ पाहण्यासाठी क्यूआर कोड स्कॅन करा
किंवा लिंकला भेट द्या.

https://youtu.be/f4SR5ki7ofQ?si=8uYZNMr_GSAg6WP2

१८

पंचकैलासचा अद्‌भुत अनुभव

हिमालय हा विविधतेनं नटलेला आहे. इथे भूगोल आहे, इतिहास आहे, अद्‌भुत जीवन आहे, अध्यात्म आहे. हिंदू धर्माशी निगडित अनेक गोष्टी हिमालयात दडलेल्या आहेत आणि इथले पर्वत त्यांची साक्ष देत हजारो वर्षं उभे आहेत. अशाच एका पर्वतसमूहाशी निगडित आहे एक प्रसिद्ध समूह, पंचकैलास या नावानं ओळखला जाणारा.

पंचकैलास म्हणजे असे पाच पर्वत, जे भगवान शंकराच्या पावन स्पर्शानं पवित्र झाले आहेत. या पाचही पर्वतांना एका धाग्यात गुंफणारी एक यात्रा आहे, जी 'पंचकैलास यात्रा' म्हणून ओळखली जाते.

तिबेटमधलं कैलास मानसरोवर, उत्तराखंडमधला आदिकैलास, हिमाचल प्रदेशातला मणिमहेश, किन्नर कैलास आणि श्रीखंड महादेव यांचा या पाच पावन स्थळांमध्ये समावेश होतो. या पाच पवित्र स्थळांना भगवान शंकराचं निवासस्थान मानलं जातं. या ठिकाणी भक्तांसाठी फक्त श्रद्धेचंच माहात्म्य नाही, तर साहसाचं आणि गूढतेचंही आगळं माहात्म्य आहे. शिवभक्त दरवर्षी हजारोंच्या संख्येनं या कैलास शिखरयात्रांवर येतात आणि इथे त्यांना येणाऱ्या अनुभवांतून त्यांना मोक्ष, आध्यात्मिक शांती आणि परम आनंद यांची प्राप्ती होते, असा विश्वास आहे.

तिबेट प्रांतात वसलेलं कैलास मानसरोवर या पंचकैलास यात्रेमधलं सर्वांत लोकप्रिय आहे. या पर्वताला विश्वाचं आध्यात्मिक केंद्र मानलं जातं. हिंदू पुराणानुसार कैलास पर्वतावरच स्वर्ग स्थित आहे आणि इथे दर्शन घेतल्यानं मनुष्याच्या सगळ्या पापांचा नाश होतो. मानसरोवरातील पवित्र जल प्यायल्यानं शंभर जन्मांतली पापं दूर होतात, तर या जलात स्नान केलं तर भक्ताला ब्रह्मलोकात स्थान मिळतं. असं म्हणतात की, इथे आल्यानं आपली आध्यात्मिक उन्नती होते आणि मनाची शुद्धी साधता येते.

उत्तराखंडच्या कुमाऊँ भागात वसलेला आदिकैलास पर्वत कैलास मानसरोवरापासून ५० किलोमीटर अंतरावर स्थित आहे. या शिखराला 'छोटा कैलास' असंही म्हणतात, कारण याला कैलास पर्वताचं प्रतिरूप मानलं जातं. शिवशंकरांनी इथे तप आणि योगसाधना केल्याचा उल्लेख आहे, त्यामुळे त्यांना 'आदियोगी' म्हणून ओळखलं जातं. शिव-पार्वती यांच्या लग्नाची यात्रा इथे काही काळ थांबली होती आणि त्यानंतरच त्रियुगी नारायण मंदिराकडे पुढे गेली. आदिकैलास शिखराच्या आसपास प्रभू शिव आणि माता पार्वती यांचं मंदिर आहे, आणि पवित्र पार्वती सरोवर इथेच स्थित आहे, जे भक्तांसाठी आदराचं ठिकाण बनलं आहे.

हिमाचल प्रदेशातल्या चंबा जिल्ह्यामधलं मणिमहेश हेदेखील असंच एक पवित्र ठिकाण आहे. असं मानलं जातं, की शिवशंकरांनी माता पार्वतीशी विवाह केल्यानंतर या पवित्र पर्वताची निर्मिती केली. या शिखरावर एक विशाल खडक आहे, ज्याला शिवलिंग मानलं जातं; कारण त्याचं रूप शिवलिंगासारखं आहे. हिमाचल प्रदेश सरकारनं या यात्रेला राज्यस्तरीय यात्रेचा दर्जा दिला आहे. मणिमहेश सरोवरातल्या स्नानानं भक्तांच्या पापांचा नाश होतो, अशी श्रद्धा आहे आणि सरोवराभोवती तीन प्रदक्षिणा केल्यानं शिवभक्तांना त्यांच्या पापांतून मुक्ती मिळते.

हिमाचल प्रदेशातल्या किन्नौर जिल्ह्यात असलेला किन्नर कैलास पर्वत हे एक थरारक ठिकाण आहे. हिंदू पुराणानुसार, शिवशंकर हिवाळ्यात इथे देवसभा आयोजित करतात. महाभारताच्या कथेनुसार, अर्जुनाला प्रभू शिवांनी याच ठिकाणी पाशुपतास्त्र दिलं होतं. किन्नर कैलासवरच्या शिवलिंगाचं विशेष वैशिष्ट्य म्हणजे त्याचा दिवसभरात बदलणारा रंग. सूर्योदयाआधी पांढरा, सूर्योदयानंतर पिवळा, सूर्यास्तानंतर लाल आणि रात्री काळा रंग धारणा करणारं हे शिवलिंग असं असामान्य ठिकाण आहे, जे शिवभक्तांसाठी अतिशय अद्‌भुत मानलं जातं.

पंचकैलास यात्रेतला सर्वांत अवघड पर्वत म्हणजे श्रीखंड महादेव. हिमाचल प्रदेशातल्या कुल्लू जिल्ह्यातल्या जौन गावाजवळ स्थित हे शिवलिंग श्रावण महिन्यातच भक्तांसाठी उघडलं जातं. श्रीखंड महादेव इथलं शिवलिंग ७५ फूट उंच आहे आणि हे शिवलिंगांपैकी एक सर्वांत मोठं मानलं जातं. या ठिकाणी माता पार्वती, गणेश आणि स्वामी कार्तिक यांच्या मूर्ती आहेत, जे भक्तांच्या श्रद्धेचं केंद्र आहेत. इथे अनेक गुहा आहेत. असं मानलं जातं, की श्रीखंड महादेवाला अर्पण केलेली प्रत्येक गोष्ट या गुहांमध्ये जात असते.

पंचकैलास यात्रा एक अद्वितीय आध्यात्मिक आणि साहसी अनुभव आहे, ज्यात प्रत्येक भक्ताला शिवाच्या निकट येण्याची संधी मिळते. प्राचीन कथांच्या या पवित्र स्थानांमध्ये जीवनाचा अर्थ, मनाची शुद्धी आणि आध्यात्मिक मुक्ती अनुभवण्याची संधी लाभते. असं असलं, तरी पंचकैलास यात्रा ही मानसिक आणि

पंचकैलासचं अंतरंग

१. पंचकैलासचे पाच पर्वत - कैलास, काइमोरु, गुरी, जयांत आणि खारी - एकत्र सुमारे २०,००० मीटर उंचीवर आहेत.
२. दरवर्षी अंदाजे ५,०००-७,००० तीर्थयात्री इथे परिक्रमा करतात.
३. कैलास पर्वतावर चढाई करण्याचा अधिकृत प्रवास अजूनही बहुतेक लोकांसाठी बंद आहे.
४. प्रत्येक पर्वतारोहणासाठी ३०-४५ दिवसांची तयारी आवश्यक असते.
५. कैलासला पवित्र मानणारे लोक जगातल्या चार वेगवेगळ्या धर्मांचे आहेत.
६. या प्रदेशातल्या पर्वतांची सरासरी उंची ६,०००-६,६०० मीटर आहे.
७. परिक्रमेची लांबी सरासरी ५२ किलोमीटर असून, ती पूर्ण करायला ३-५ दिवस लागतात.
८. पवित्र प्रवासात सुमारे २००-३०० किलो वजनाची सामग्री पोहोचवली जाते.
९. हिमालयातल्या कठीण भूगोलामुळे इथे जलस्रोत आणि शस्त्रसामग्री घेऊन जाणं कठीण असतं.
१०. पंचकैलासच्या वातावरणातल्या बदलामुळे वार्षिक सरासरी तापमान -२० अंश सेल्सियस ते १५ अंश सेल्सियसदरम्यान असते.

शारीरिकदृष्ट्या थकवणारी आहे. समुद्रसपाटीपासून जवळपास ५,५०० मीटर उंचावर या पवित्र शिखरांची यात्रा करताना थंडी, कमी ऑक्सिजन आणि कठीण हवामानाचा सामना करावा लागतो. त्यामुळे मनात आलं आणि पंचकैलासला भेट दिली असं होत नाही. असं मुळीच करूदेखील नये. यात सहभागी होण्यापूर्वी भक्तांनी योग्य व्यायाम, श्वासाचं नियमन आणि ट्रेकिंग गिअरची तयारी करावी. योग्य आरोग्य तपासणी, तज्ज्ञ मार्गदर्शकांचं सहकार्य आणि सर्वांत महत्त्वाची मनाची तयारी हीदेखील अनिवार्य असते. कुठे थांबायचं, कुठे मनाला आवर घालायचा,

कुठे आपली मर्यादा समजून घ्यायची याची तयारी म्हणजे मानसिक तयारी. ती या ठिकाणांना भेट देताना करायलाच हवी, अन्यथा अगदी मृत्यूला आमंत्रण दिल्यासारखंच आहे.

पर्यावरणाच्या दृष्टिकोनातून, पंचकैलास यात्रा करताना निसर्गाचं रक्षण करणंही महत्त्वाचं आहे. हिमालयाच्या पवित्र पर्वतांवर भक्तांनी कचरा टाकू नये, पर्यावरणस्नेही पद्धती वापराव्यात आणि स्थानिक संस्कृतीचा आदर करावा. यात्रेतून निसर्गाचं संरक्षण करणं, त्याची स्वच्छता राखणं आणि पर्यावरणाचा आदर करणं ही प्रत्येक शिवभक्ताची, हिमालयभक्ताची जबाबदारी आहे.

शेवटी मी एवढंच म्हणेन, की पंचकैलास यात्रेचा हा अद्‌भुत प्रवास शिवभक्तांसाठी एक असाधारण आध्यात्मिक अनुभव देतो. हिमालयाच्या भव्यतेतून भक्तांना निसर्गाचं सौंदर्य, शिवभक्तीची अनुभूती आणि आध्यात्मिक उन्नती मिळते. पंचकैलास यात्रेतून भक्तांना आत्मिक समाधान मिळतं, निसर्गाच्या अद्वितीयतेचं दर्शन होतं आणि भगवान शिवाची पवित्र अनुभूती मिळते. यात्रेनं भक्तांची श्रद्धा अधिक दृढ होते. त्यांना जीवनात एक शांतीचा मार्ग मिळतो आणि हिमालयाच्या पवित्रतेचा साक्षात्कार होतो.

पंचकैलासचा अद्‌भुत अनुभव

व्हिडिओ पाहण्यासाठी क्यूआर कोड स्कॅन करा किंवा लिंकला भेट द्या.

https://youtu.be/7TjI5zJUZfU?si=GqIkj-ZEtH5ofn84

प्रकरण १९

महामेरू

हिमालय म्हणजे नितांत सुंदर आणि रोमांचकारी अनुभवांचा स्रोत. हिमालय हा प्रत्येक भेटीत नवा भासतो. तो आपल्याला खुणावतो, आव्हान देतो आणि कवेतदेखील घेतो. गेल्या तीन दशकांत हिमालयाचं खुणावणं अन् कवेत घेणं अगदी जवळून अनुभवलं. यात जी काही पर्वतशिखरं माझ्या मनात घर करून बसली, त्यांतलं एक म्हणजे माउंट मेरू.

हिमालयात वसलेल्या शिखरांचा उल्लेख अनेक पुराणांमध्ये करण्यात आला आहे. स्कंद पुराणामध्ये अमृत मिळवण्यासाठी समुद्रमंथनाचं जे वर्णन करण्यात आलं आहे, त्यात समुद्र घुसळण्यासाठी जो रवी म्हणून वापरण्यात आला, तो मेरुदंड म्हणजेच हा मेरू पर्वत. संस्कृत भाषेमध्ये पर्वताला 'मेरु' असंच संबोधतात. ब्रह्मांडाचा केंद्रबिंदू म्हणूनदेखील मेरू पर्वताची पुराणात नोंद आहे. इतर अनेक धर्मांमध्येदेखील मेरूचा उल्लेख आढळून येतो. बौद्ध धर्मात याला 'सुमेरू' म्हटलं जातं आणि हिंदूंप्रमाणेच बौद्ध धर्मातदेखील मेरू ब्रह्मांडाच्या मध्यभागी स्थित असल्याचं वर्णन आहे. जैन धर्मात मेरू पर्वताला तीर्थंकरांच्या साधनेसाठी पवित्र स्थळ मानलं जातं. मेरूचं महत्त्व जेवढं पुराणात आहे, तेवढंच भौगोलिकदृष्ट्यादेखील आहे. गढवाल हिमालयातल्या गंगोत्री परिसरात तपोवन भागामध्ये शिवलिंग, थलाई सागर, भृगु पर्वत यांच्या साथीनं माउंट मेरूचं भव्यदिव्य रूप उठून दिसतं. मेरू

पर्वत शिखराची ख्याती अभेद्य अशी आहे. इथली चढाई ही एव्हरेस्टच काय, इतर अनेक अष्टहजारी शिखरांपेक्षा कैक पटीनं आव्हानात्मक आहे. तीन शिखरांचा समूह असलेल्या मेरूचं दक्षिण शिखर ६,६६० मीटर उंच आहे, मध्य शिखर ६,३१० मीटर उंच आहे, तर उत्तर शिखर ६,४५० मीटर उंच आहे. या शिखराला पूर्व आणि पश्चिम बाजू असून यांतल्या पश्चिम बाजूनं आजपर्यंत एकदाही शिखर चढाई झालेली नव्हती. ७०-८० अंश कोनापेक्षा अधिक असलेला पश्चिम कडा हा ब्लु आइस (टणक हिम) आणि भुसभुशीत हिम यांनी व्यापलेला आहे. इथे थांबायला एक मीटर जागादेखील उपलब्ध नाही. चढाई करताना हात-पाय दोन्हींचा आधार घेऊनच कसंबसं उभं राहावं लागतं. विशेष बाब म्हणजे आमच्या 'गिरिप्रेमी'च्या संघानं याच पश्चिम कड्यावरून सप्टेंबर २०२३मध्ये यशस्वी शिखर चढाई केली. माउंट मेरूच्या इतिहासात या बाजूनं जगातून पहिल्यांदाच चढाई करण्यात आली. हा विश्वविक्रम आमच्या संघाच्या नावावर आहे आणि याच संघाचं नेतृत्व मला करायला मिळालं. हा आनंद शब्दांत मांडणं कठीण आहे.

माउंट मेरू शिखरावरची चढाई ही जगातल्या सर्वांत कठीण चढायांपैकी एक आहे, असं म्हटलं तरी वावगं ठरणार नाही. आजपर्यंत एव्हरेस्ट शिखरावर आठ हजारांहून अधिक गिर्यारोहकांनी कमीत कमी एकदा चढाई केली आहे. म्हणजे जगाच्या लोकसंख्येच्या तुलनेत हा आकडा अगदीच नगण्य आहे. मात्र जेव्हा हेच

आपण माउंट मेरूशी तुलना करून बघतो, तेव्हा अवाक व्हायला होतं; कारण इतक्या वर्षांत २५-३० गिर्यारोहकच माउंट मेरूवर चढाई करू शकले आहेत. माउंट मेरूच्या मध्य शिखरावर जाण्यासाठी जो एक चढाई मार्ग आहे, त्याला 'शार्क फिन' असं म्हणतात. कारण त्याचा आकार शार्कच्या फिनसारखा आहे. इथे चढाई करणं म्हणजे दिव्यच. १५०० मीटरच्या या टप्पानं अनेक गिर्यारोहकांना वर्षानुवर्षं झुंजवलं. १९९०पासून विविध संघांनी प्रयत्नांची पराकाष्ठा केली, पण मेरू आणि त्याचं शार्क फिन काही बधलं नाही. तब्बल वीसहून अधिक वर्षं गिर्यारोहक झुंजले. शेवटी २०११मध्ये जिमी चीन, कॉनरॅड अँकर आणि रेनेन ओझटर्क यांनी प्रचंड जिद्दीनं शार्क फिनच्या वाटेनं माउंट मेरू गाठलं आणि इतिहास रचला. का आहे इतकं कठीण माउंट मेरू? मलादेखील हा प्रश्न नेहमीच पडायचा. साडेसहा हजार मीटर उंच शिखर का झुंजवत असेल, हा प्रश्न मी अनेकदा गढवाल हिमालयात गेल्यावर स्वतःला विचारला आहे. पण म्हणतात ना, काही गोष्टींची प्रचिती आल्याशिवाय कळत नाही, तसंच झालं. आम्ही मेरू मोहिमेवर गेल्या दीड वर्षांत तीनदा गेलो आहोत. मे-जून २०२३ला पश्चिम कड्यावरून चढाई करण्यासाठी पहिल्यांदा आम्ही दाखल झालो. अगदी शिखरमाथा ४०० मीटरवर असताना संघाला परतावं लागलं, कारण इथलं बेभरवशी हवामान. दूर, दुर्गम भागांत वसलेला बेस कँप; साधं जवळचं गाव गाठायचं असेल, तर तीन दिवसांची पायपीट ठरलेली. आजूबाजूला गढवालचा अजस्र हिमालय, विस्तीर्ण पसरलेल्या हिमनद्या. माणसाचा मागमूस नाही. सोबत फक्त सोसाट्याचा वारा. कधीही, कितीही पडणारं हिम. नुसतं १० मीटरवर असलेल्या माणसाशी बोलायचं असेल तर घसा कोरडा करावा लागायचा, इतकी हवा. हे फक्त बेस कँपवर. चढाईसाठी आव्हानं दुप्पट व्हायची. तिथे तर उभं राहायला काही फूट जागा मिळाली, म्हणजे देवच पावला. साधी पाठ टेकवायला संधी देत नाही मेरू. म्हणूनच तुमची झुंज वाढते. ही झुंज असते स्वतःशी, आपल्यातल्याच जिद्दीशी... इथेच अनेक गिर्यारोहक मागे पडतात अन् मेरू हा स्वप्नच बनून राहतो. आम्ही हा अनुभव जवळून घेतला, पण १०० दिवसांच्या आत पुन्हा मेरूच्या कुशीत गेलो आणि सप्टेंबर २०२३ रोजी मेरूच्या पश्चिम कड्यावरून गवसणी घातली. जगातली पहिली यशस्वी मोहीम!

आम्ही पुन्हा एकदा दिनांक २० ऑगस्ट २०२३ रोजी सर्व तयारीनिशी गंगामय्याचं दर्शन घेऊन माउंट मेरूच्या दिशेनं निघालो. या वेळी योग्य हवामान

मिळवण्यासाठी एक तासही वाया घालवायचा नाही या उद्दिष्टानं आम्ही निघालो होतो. गंगोत्री, भोजबासा, चिडबासा, तपोवन असे एकेक टप्पे करत आम्ही पुन्हा एकदा बेस कँपला पोहोचलो. मे महिन्यात हिमाच्छादित मार्ग या वेळी अक्षरशः उघडा पडला होता. त्यामुळे खडकाळ भागातून चालताना जास्त ऊर्जा खर्ची पडत होती. त्यात आम्ही जेव्हा बेस कँपला पोहोचलो, तेव्हा एक लक्षात आलं की कँप-१च्या मार्गावर जो नाला लागत होता, तिथे हिम तुलनेनं कमी झालं आहे. त्यामुळे सूर्य डोक्यावर आला, की इथे रॉकफॉलचं प्रमाण वाढत जातं. त्यामुळे सकाळी उठून चढाई करावी लागत असे. संघानं अगदी कसोशीनं या आव्हानांना तोंड दिलं. आता वेळ होती अंतिम शिखरचढाईची. १ सप्टेंबर २०२३ला रात्री आमचा संघ कँप-१हून शिखरमाथ्याकडे निघाला. १ सप्टेंबरचं हवामान अतिशय निरभ्र होतं. त्यामुळे

मेरूचं अंतरंग

१. मेरू हिमालयातील मुख्य शिखर 'शार्क फिन' उंची ६,६९३ मीटर आहे.
२. पहिल्यांदा २०११मध्ये भारतीय टीमनं यशस्वी चढाई केली.
३. पर्वतारोहणासाठी सरासरी ४५-६० दिवस लागतात.
४. पर्वतावर जाण्याचा यशदर फक्त १०-१५ टक्के आहे, कारण हवामान आणि कडा अत्यंत कठीण आहेत.
५. मुख्य शिखराचा ढाल सरासरी ८५ अंशांपर्यंत असतो, जे तांत्रिकदृष्ट्या जगात सर्वांत कठीण मानलं जातं.
६. या शिखरावर ५०० मीटरच्या खडकांच्या तुकड्यांवर चढावं लागतं.
७. २०११च्या यशस्वी चढाईत पाच भारतीय पर्वतारोहक सहभागी होते.
८. मेरूवर हिमस्खलन आणि थंडीत जीवितहानीची शक्यता दरवर्षी २०-३० टक्के असते.
९. पर्वतारोहकांसाठी सरासरी ऑक्सिजन कमी असल्यामुळे अतिरिक्त कॅनुल वापरावी लागते.
१०. मेरू हिमालयातील साहस, धैर्य आणि तांत्रिक कौशल्य यांचं प्रतीक मानला जातो.

आमचा आत्मविश्वास अधिकच दुणावला. मात्र रात्रीतून अचानक जोराचे वारे वाहू लागले. यामुळे थंडीत भर पडली. त्यात आम्ही पश्चिम बाजूनं चढाई करत होतो, त्यामुळे सकाळचं ऊनही विरुद्ध बाजूनं होतं. याचा परिणाम थंडी वाढण्यात झाला. मात्र संघाकडे अनुभव होता, जिद्द होती. अंगावर येणाऱ्या खड्या हिमाच्छादित भिंतीवर नेटानं चढाई करत एकेक टप्पा संघ पार करत होता. ब्लु आइस आणि खडकाळ भागातून चढाई करताना पृष्ठभागावरची पकड तुलनेनं सैल असे. त्यामुळे अतिशय लक्षपूर्वक चढाई करावी लागत असे. शेवटी २ सप्टेंबर रोजी सकाळी आठ वाजण्याच्या सुमारास 'गिरिप्रेमी'च्या गणेश मोरे, विवेक शिवदे, वरुण भागवत, मिंग्मा शेर्पा आणि नेहरू इन्स्टिट्यूट ऑफ माउंटेनीयरिंगचे वरिष्ठ प्रशिक्षक विनोद गुसाई आणि त्यांचे सहकारी बिहारी राणा आणि अजित रावत यांनी शिखरावर भारतीय तिरंगा फडकावून इतिहास रचला. माउंट मेरूच्या दक्षिण शिखरावर चढाई करणारा 'गिरिप्रेमी' आणि एनआयएमचा संघ हा भारतातला पहिला संघ ठरला अन् पश्चिम बाजूनं मेरू शिखरावर चढाई करणारा जगातला पहिला संघ ठरला. यात दावा शेर्पा, फुर्तेनसिंग शेर्पा या शेर्पा साहाय्यकांनीदेखील मेरू शिखरावर चढाई केली. या मोहिमेत उत्तरकाशी येथील नेहरू इन्स्टिट्यूट ऑफ माउंटेनीयरिंगनं केलेली मदत महत्त्वाची ठरली. इन्स्टिट्यूटचे प्रिन्सिपल कर्नल अंशुमन भदोरिया आणि व्हाइस प्रिन्सिपल डॉ. मेजर देवल वाजपेयी यांच्या अनमोल सहकार्यानं मोहिमेच्या तयारीत आणि यशस्वितेत मोलाची मदत झाली. माउंट मेरूचं स्वप्न हे मेरुदंड उचलण्याइतकं आव्हानात्मक होतं. गिर्यारोहण जगतामध्ये या मोहिमेच्या

यशाचं खूप मोठं महत्त्व आहे. एव्हरेस्टपेक्षाही कैक पटींनी कठीण असलेल्या मेरू शिखरावर चढाई करणं म्हणजे तुम्ही सर्वोच्च पातळीवरचे गिर्यारोहक आहात, हे सिद्ध करणं होय. 'गिरिप्रेमी'च्या या यशाची बातमी त्यामुळे सर्वदूर पसरली. सर्वच जण या यशाबद्दल भरभरून कौतुक करत होते. मात्र यामागे होती अनेक दशकांची मेहनत, गिर्यारोहकांची तन-मन-धन अर्पण करून केलेली तयारी आणि सर्व पाठीराख्यांच्या शुभेच्छा. यामुळेच भारतीय गिर्यारोहण इतिहासातला एक सुवर्णाध्याय रचण्यात आम्ही हातभार लावू शकलो. याचं समाधान आहे आणि आनंदही आहे. एक इतिहास झाला. आता आमची तयारी होती मेरूची पूर्व बाजू. पुन्हा या वर्षी सप्टेंबरमध्ये आम्ही मेरूच्या पायथ्याशी गेलो. पुन्हा मेरूनं आमची परीक्षा पाहिली. पुन्हा आम्ही शिकवण घेऊन परत आलो.

हिमालयातले पर्वत काय शिकवतात, तर हिमालयातले पर्वत तुम्हाला संयम शिकवतात. तुम्ही साधं मेरूच्या बेस कँपला जायचं ठरवलं; तरी तुमच्या संयमाची, जिद्दीची परीक्षा हा पर्वत बघतो. मात्र जेव्हा तुम्ही या परीक्षेत उत्तीर्ण होता, तेव्हा मिळणारं समाधान शब्दातीत असतं.

महामेरू

व्हिडिओ पाहण्यासाठी क्यूआर कोड स्कॅन करा किंवा लिंकला भेट द्या.

https://youtu.be/AolbJEAgZcQ?si=C4VyJ5D-ROcqccFV

प्रकरण २०

तिबेटी हिमालय

जगातली सर्वांत तरुण पर्वतरांग म्हणजे हिमालय. एका बाजूला विस्तीर्ण पठारी प्रदेश, हिमालयातूनच उगम पावलेल्या नद्यांमुळे सुपीक बनलेला, हिरवळ असलेला. दुसरीकडे करड्या रंगाच्या उजाड डोंगरांनी व्यापलेला. सोसाट्याचा वारा धूलिकणांना उनाड करणारा, झाडांचा - हिरवळीचा लवलेश नसलेला प्रदेश. हिमालयाच्या दोन बाजूंची दोन रूपं आहेत. तसं इथे बरंच काही वेगळं आहे. देश, वेष, भाषा - बरंच काही. या सगळ्याची साक्ष देतं, माउंट च्यो ओयु शिखर.

एव्हरेस्टपासून सुरू होणाऱ्या जगातल्या सर्वोच्च शिखरांच्या यादीतली पहिली चौदा शिखरं हिमालयातच. ही शिखरं आठ हजार मीटरपेक्षा उंच आहेत. यांतली काही शिखरं ही नेपाळ आणि तिबेटच्या सीमेवर आहेत. यात एव्हरेस्ट- ल्होत्से या शिखरांचादेखील समावेश होतो. या सीमेवरच्या शिखरांपैकी च्यो ओयु हे असं एकमेव शिखर आहे, ज्याचा चढाईमार्ग हा फक्त तिबेटमधून आहे. नेपाळच्या बाजूनं असणारा मार्ग हा अत्यंत कठीण असून या मार्गानं पहिली यशस्वी चढाई अगदी काही महिन्यांपूर्वी झाली. त्यामुळे साहजिकच च्यो ओयु शिखरावर चढाई करायची असेल, तर चीनचा व्हिसा घेऊन तिबेटमध्ये जावं लागतं. आजच्या काळात हे वाटतं तेवढं सोपं नाही. चीनच्या मनात आलं की ते तिबेटी प्रांतातल्या शिखरचढायांवर बंदी घालतात आणि व्हिसा देणं बंद करतात, त्यामुळे गिर्यारोहकांची पंचाईत होते.

२०१६मध्ये आम्हीदेखील हा अनुभव घेतला. 'गिरिप्रेमी'च्या च्यो ओयु-धौलागिरी जोडमोहिमेच्या वेळी आम्हाला तब्बल पंधरा दिवस चिनी दूतावासानं अधांतरी ठेवलं होतं. व्हिसा मंजूरदेखील करत नव्हते आणि नाकारतदेखील नव्हते. आमची मोहीम अर्ध्यातच गुंडाळावी लागेल अशी स्थिती असताना अगदी शेवटच्या दिवशी व्हिसा हातात पडला आणि आमची मोहीम मार्गी लागली.

च्यो ओयु शिखराची उंची ८,१८८ मीटर असून उंचीनुसार हे जगातलं सहावं शिखर आहे. एव्हरेस्ट शिखराच्या पश्चिमेला २० किलोमीटर च्यो ओयु वसलेलं आहे. १९५४मध्ये ऑस्ट्रियन गिर्यारोहक हर्बर्ट तिखी, जोझेफ योखल आणि शेर्पा पासंग दावा लामा यांनी च्यो ओयु शिखराला पहिली गवसणी घातली. अष्टहजारी शिखरांपैकी एक असलेलं हे शिखर एक 'ट्रेकिंग पिक' असल्याची टीका अनेक जण करतात. मात्र हे बिलकूल सत्य नाही, हे मी माझ्या अनुभवांवरून सांगू शकतो. एक तर आठ हजार मीटर उंचीचं समीकरण वेगळं असतं. हवेतलं ऑक्सिजनचं अत्यंत विरळ प्रमाण, हाडं गोठवणारी थंडी, सोसाट्याचा वारा आणि कधीही होणारी हिमवृष्टी या गोष्टी गिर्यारोहक कितीही तगडा असला तरी त्याची परीक्षा पाहणाऱ्या असतात. च्यो ओयु शिखराच्या आधी विस्तीर्ण असं एक पठार आहे, त्यामुळे शेवटच्या टप्प्यात सतत चालत जाऊन शिखरमाथा गाठता येतो. इतर सर्व अष्टहजारी शिखरांच्या लगत असं आढळून येत नाही, म्हणूनच च्यो ओयुवरची चढाई सोपी असं अनेक जण म्हणतात. मात्र हेच पठार तुमच्या जिवावर बेतू शकतं, याचा अंदाज अनेकांना नसतो. शिखरचढाई करून परत येताना हिमवृष्टीत अगदी पाच फुटांवरचंदेखील दिसत नाही. याचमुळे अनेक गिर्यारोहक या पठारावर रस्ता चुकले ते कायमचेच. काहींचे तर मृतदेहदेखील अजून सापडले नाहीत.

च्यो ओयु शिखरावर तिबेटमधून जावं लागतं, म्हणूनच आम्ही हिमालयाची दुसरी बाजूदेखील बघू शकलो. आपल्या भारताच्या बाजूनं जसजसे आपण हिमालयाच्या पोटात शिरतो, तसतशी हिरवळ कमी होत जाते आणि बर्फाळ प्रदेश येतो. पलीकडच्या बाजूचं रूप वेगळं आहे. इथे आहेत उंचच उंच हिमशिखरं आणि त्याच्या खालोखाल तपकिरी रंगाचे डोंगर. झाडं, हिरवळ आणि पाणी दुरापास्त असलेली. रूक्ष अन् स्तब्ध. इथे कडाक्याची थंडी असते. हवा प्रचंड कोरडी आणि त्यामुळे उडणारी धूळ. इथे राहणारे लोक नखशिखांत कपड्यांनी वावरतात. या भागात जेवढा वेळ होतो, तेवढा वेळ आम्हीदेखील डोळ्यांवर गॉगल आणि हातात

तिबेटी हिमालयाचं अंतरंग

१. तिबेटी हिमालयाचं क्षेत्र अंदाजे ८,००,००० चौ.कि.मी. आहे.

२. इथे २००हून जास्त पर्वतशिखरं आहेत. त्यांपैकी अनेक अजून मानवासाठी अज्ञात आहेत.

३. सरासरी उंची ६,०००-७,००० मीटर असून काही शिखरं ८,००० मीटरच्या वर आहेत.

४. हवामान अत्यंत कठीण : तापमान -५५ अंश सेल्सियस ते १० अंश सेल्सियसदरम्यान.

५. हिमनद्यांचं प्रमाण १०,००० चौ.कि.मी.पेक्षा जास्त आहे.

६. दरवर्षी १,०००हून अधिक संशोधक आणि साहसी इथे भेट देतात.

७. तिबेटी हिमालयातले तलाव आणि नद्या संपूर्ण तिबेटच्या जलसंपत्तीचे स्रोत आहेत.

८. अनेक ऐतिहासिक आणि धार्मिक स्थळं इथे स्थित असून पर्यटन मर्यादित आहे.

९. गूढ प्रदेशामुळे इथे पर्वतारोहणाचा यशदर सरासरी १०-२० टक्के आहे.

१०. या प्रदेशाचा अभ्यास मानव, निसर्ग आणि सांस्कृतिक महत्त्व समजून घेण्यास मदत करतो.

मोजे घालूनच फिरायचो. थोडी जागा मिळाली, तरी नाकातोंडात कोरडी हवा आणि धूळ जायला तयारच असते. अशा या विचित्र वातावरणाचा स्थानिक जीवनावर खूप मोठा परिणाम झाला होता. पाण्याची वानवा आणि प्रचंड थंडी असं अजब समीकरण. थंडीपासून वाचण्यासाठी आणि रूक्ष हवामानामुळे स्थानिक लोक वर्ष-वर्ष अंघोळच करत नाहीत. हा तिथला स्थानिक संस्कृतीचा भाग आहे. घामामुळे त्वचेवर तयार होणारं आवरण थंडीपासून बचाव करतं, हे त्याचं मुख्य कारण. याविषयी अगदी सविस्तरपणे मी माझ्या 'हिमालयातील दिवस' या पुस्तकात लिहिलं आहे. 'सकाळ प्रकाशन'नेच हे पुस्तक प्रकाशित केलं आहे.

च्यो ओयु जसं तिबेटी हिमालयाची वेगळी गोष्ट सांगतं, तसंच काहीसं आहे एव्हरेस्टचं. जगातलं हे सर्वोच्च शिखर नेपाळ आणि तिबेटच्या सीमेवर वसलेलं आहे. या शिखराच्या एका बाजूला आहे साऊथ कोल, तर दुसऱ्या बाजूला नॉर्थ कोल. एव्हरेस्ट शिखराची तीव्र कडा या कोलपासून सुरू होतात. गिर्यारोहक जेव्हा एव्हरेस्टवर चढाई करतात, तेव्हा त्यांचा शेवटचा थांबा हा इथेच असतो. यांतलं साऊथ कोल हे नेपाळच्या बाजूनं आहे, तर नॉर्थ कोल तिबेटच्या बाजूने. दरवर्षी अंदाजे दोनशे ते साडेतीनशे गिर्यारोहक एव्हरेस्टवर चढाई करतात. त्यांपैकी ९० टक्के चढाया या नेपाळच्या बाजूनं असतात अन् उर्वरित १० टक्के तिबेटच्या बाजूने. वाचून असं वाटेल, की तिबेटी बाजूनं शिखरचढाई अवघड असेल. मात्र असं नाहीये. दोन्ही बाजूंनी चढाईची कठीणता सारखीच आहे. उलट जगातली पहिली यशस्वी चढाई ही तिबेटी बाजूनंच झाली. १९५३मध्ये जेव्हा एडमंड हिलरी आणि शेर्पा तेनसिंग नोर्गे यांनी एव्हरेस्ट शिखरमाथा गाठला, तेव्हा त्यांचा मार्ग नॉर्थ कोल होता. आज नेपाळमध्ये शिखरचढाई असलेल्या सुविधा आणि सहजपणा यांमुळे जास्तीत जास्त गिर्यारोहक साऊथ कोलमार्गे शिखरचढाई करतात. तिबेटी बाजूनं खरं तर एव्हरेस्टच्या बेस कँपपर्यंत चक्क रस्ता बांधला आहे. जिकडे नेपाळ बाजूनं चढाई करायची असेल, तर ७-८ दिवस ट्रेक करत एव्हरेस्टचा बेस कँप गाठावा लागतो. तसं तिबेटमध्ये नाही. सरळ गाडी पकडायची आणि बेस कँपपर्यंत पोहोचायचं. यामुळे शिखरचढाईतील वेळ कमी होतो. असं असलं, तरी चीन सरकारचा आडमुठेपणा इतका त्रासदायक आहे, की ९० टक्के गिर्यारोहक नेपाळचाच मार्ग पकडतात.

तिबेटी एव्हरेस्ट मार्गाबद्दल एक खूप मोठं रहस्य आहे, जे एव्हरेस्ट चढाईशी निगडित आहे. १९२४मध्ये ब्रिटिश गिर्यारोहक जॉर्ज मॅलरी आणि सँडी आयर्विन

यांनी याच उत्तरेच्या मार्गानं अनवट एव्हरेस्टची वाट धरली. अतिउंचीवरच्या शिखरांचं, हिमालयाच्या - एव्हरेस्टच्या पोटात लपलेल्या एका वेगळ्या आयुष्याचं कुतूहल अनेकांना होतंच. एव्हरेस्ट चढाई ही त्या वेळी सर्वार्थानं कठीण होती. त्यामुळे मॅलरी आणि आयर्विन यांच्यासमोर काय असेल याची कुणी कल्पनाच करू शकतं नव्हतं. अगदी ते दोघं स्वत:देखील नाहीत. दुर्दैवानं या दोघांनाही आपला जीव एव्हरेस्टच्या कुशीतच गमवावा लागला. दोघं शेवटचे दिसले ते एव्हरेस्टच्या ईशान्य धारेवर. शिखरापासून जवळपास ३०० मीटर खाली. त्यानंतर दोघांशी काही संपर्क झाला नाही, की त्यांचे मृतदेह तेव्हा सापडले नाहीत. त्यामुळे शिखरचढाई करून आल्यावर या दोघांचा मृत्यू झाला, की चढाई करताना मृत्यू झाला हे त्या दोघांनाच माहीत. हा प्रश्न गिर्यारोहण क्षेत्रात खूप चर्चिला जातो आणि अनेक जण असं म्हणतात, की पहिली एव्हरेस्ट चढाई ही १९२४लाच. १९९९मध्ये, म्हणजे या मोहिमेच्या तब्बल ७५ वर्षांनंतर जेव्हा एव्हरेस्टच्या उत्तर खोऱ्यात मॅलरीचा मृतदेह आढळून आला, तेव्हा या चर्चांना पुन्हा उधाण आलं. मृतदेहासोबत जे काही सामान सापडलं, त्यातून यशस्वी एव्हरेस्ट चढाईचा काही ठोस पुरावा मिळाला नाही. एव्हरेस्टचं गूढ हे मात्र नव्यानं चर्चिलं गेलं.

हिमालयाच्या दोन बाजूंमध्ये, रूपांमध्ये विविध गोष्टी दडल्या आहेत. त्यांतील च्यो ओयु आणि एव्हरेस्ट या दोन प्रामुख्याने ठळक दिसतात. दोन्ही संस्कृती, दोन्ही बाजूंचा इतिहास आणि भूगोल हा हिमालयाचं वेगळेपण समोर आणतो, ज्याचा प्रत्यक्ष अनुभव हा शब्दातीत आहे, असंच मला एक गिर्यारोहक म्हणून, एक हिमालयप्रेमी म्हणून वाटत आलं आहे.

तिबेटी हिमालय

व्हिडिओ पाहण्यासाठी क्यूआर कोड स्कॅन करा
किंवा लिंकला भेट द्या.

https://youtu.be/YfCqqhIYcuM?si=U1NnfCW-M-hMdhMv

भाग ४

निसर्ग, पर्यावरण आणि भविष्य

हिमालय केवळ पर्वतशिखरांचा समूह नाही. तो निसर्गाचा जीवनदायी श्वास आहे. या पर्वतरांगेत नद्या, हिमनद्या, उंच शिखरं आणि वन्यजीव यांचा अद्वितीय संगम आहे. हिमालयाचं पर्यावरण म्हणजे पृथ्वीवरील जलसंपत्ती, हवामानाचं संतुलन आणि जैवविविधतेचा ठेवा. हिमनद्या हिमालयाच्या हृदय आहेत; त्या नद्यांना पाणी पुरवतात, शेती आणि दैनंदिन जीवन टिकवतात. मात्र जागतिक तापमानवाढ, प्रदूषण आणि अवैध खाणकाम यांमुळे या नैसर्गिक स्रोतांना धोका निर्माण होत आहे.

हिमालयातले निसर्गीय बदल फक्त भौगोलिक किंवा पर्यावरणीय नाहीत, तर मानवजातीच्या भविष्याशी निगडित आहेत. जलसंपत्तीच्या उपलब्धतेवर परिणाम, ढगाळ हवामानामुळे हिमस्खलन, जंगलांवरचा ताण आणि जैवविविधतेचं नुकसान - हे सर्व इशारे देतात की, या पर्वतरांगेची काळजी घेणं आपली जबाबदारी आहे. आंतरराष्ट्रीय पर्वत दिन, हिमनद्यांचं संवर्धन आणि नैसर्गिक संतुलन टिकवण्यासाठी जागरूकता वाढवणं आवश्यक आहे.

या भागात आपण हिमनद्या, हिमालयातली नैसर्गिक संसाधनं, पर्यावरणीय संकटं आणि भविष्यातलं संरक्षण यांवर प्रकाश टाकणार आहोत. हिमालयाचं संरक्षण म्हणजे पृथ्वीचं संरक्षण. यात प्रत्येक व्यक्तीची भूमिका महत्त्वाची आहे. पर्वतरांगेच्या सौंदर्याची आणि जीवनदायिनी शक्तीची जाणीव करून देणं आणि त्यासाठी योग्य उपाययोजना सुचवणं हा भागाचा मुख्य उद्देश आहे.

२१

हिमालयातल्या जीवनदायिनी हिमनद्या

हिमालय पर्वताचा उल्लेख प्राचीन काळापासून भारतीय संस्कृतीत पवित्र आणि महत्त्वाच्या स्थळाच्या रूपात केला जातो. याच हिमालयामध्ये असलेल्या हिमनद्या म्हणजे भारत आणि आशियाच्या जीवनरेखेचा पाया. या हिमनद्या म्हणजे केवळ हिमाचे प्रचंड साठे नाहीत. त्या गंगा, यमुना, ब्रह्मपुत्रा आणि सिंधू यांसारख्या महानद्या निर्माण करतात. या नद्यांच्या खोऱ्यांत लाखो लोकांचं जीवन जगतं. मात्र सध्याच्या जागतिक तापमानवाढीमुळे आणि मानवी हस्तक्षेपांमुळे या हिमनद्या गंभीर संकटात आहेत. हिमालयातल्या काही महत्त्वाच्या हिमनद्यांचं विश्लेषण, त्यांचं महत्त्व आणि त्यांचं संवर्धन का गरजेचं आहे, याची सविस्तर चर्चा करणं महत्त्वाचं ठरतं.

नेमकी हिमनदी अथवा ग्लेशियर असते तरी काय, हा प्रश्न तुम्हाला पडणं साहजिक आहे. हिमनदी म्हणजे नैसर्गिक जलाचे मोठे साठे. हिवाळ्यात इथे ताजं पाणी साठतं आणि उन्हाळ्यात हेच पाणी वितळून पुढे नद्यांच्या स्वरूपात मोठा स्रोत तयार होतो, वाढत जातो. याच नद्या पुढे आपलं जीवन समृद्ध करतात. हिमालयात विविध प्रकारच्या हिमनद्या आहेत, प्रत्येकाची वैशिष्ट्यं वेगवेगळी आहेत. यांपैकी काही प्रमुख हिमनद्या आपण बघू या. पहिलं नाव येतं ते बडा शिगरी हिमनदीचं. हिमाचल प्रदेशातल्या लाहोल-स्पिती प्रदेशात, भारतीय हिमालयातल्या सर्वांत मोठ्या हिमनद्यांपैकी एक आहे, ज्याची लांबी २५ किलोमीटर इतकी आहे.

ही हिमनदी चंद्रा नदीला पूरक आहे, जी कृषी आणि जलविद्युतासाठी महत्त्वाची आहे. परंतु जागतिक तापमानवृद्धीमुळे ज्याला आपण 'ग्लोबल वॉर्मिंग' असं म्हणतो, त्यामुळे या नदीचा प्रवाह बिघडला आहे, ज्याचा परिणाम नदीपात्राच्या परिसरातल्या समुदायांवर होतो. या हिमनदीचं एक वैशिष्ट्य म्हणजे याचा बराच भाग हा मोरेन (moraine) म्हणजे छोट्या-मोठ्या दगडधोंड्यांनी झाकला गेला आहे. क्रिवाइसेस म्हणजे हिमभेगा आणि उताराच्या ठिकाणी फक्त खाली असलेलं कठीण हिम दिसतं. या दगडांच्या वाटेवरून चालणं अत्यंत धोकादायक असतं. गिर्यारोहण मोहिमा करताना एक सर्वांत कठीण हिमनदी अशी याची ख्याती आहे

सियाचीन हिमनदी ही जगातल्या सर्वांत उंचावर आणि लांबवर असलेल्या हिमनद्यांपैकी एक आहे. सुमारे ७५ कि.मी. लांब असलेली ही हिमनदी काराकोरम पर्वतरांगेत आहे. 'थर्ड पोल' म्हणून ओळखल्या जाणाऱ्या या हिमनदीमुळे सिंधू नदीला पाणीपुरवठा होतो. ही हिमनदी भारत आणि पाकिस्तान यांच्यातल्या तणावाचं केंद्र राहिली आहे, कारण सियाचीनचा परिसर लष्करीदृष्ट्या महत्त्वाचा मानला जातो. इथलं कठोर हवामान आणि प्रचंड हिमाचे थर यांमुळे मानवाला अतिशय कठीण परिस्थितीत काम करावं लागतं. या हिमनदीचं तांत्रिक व्यवस्थापन आणि संवर्धन ही आव्हानं असली, तरी तिच्या जलस्रोतांचं महत्त्व अपरिमित आहे.

उत्तराखंडमधली गंगोत्री हिमनदी ही गंगा नदीची जननी मानली जाते. सुमारे ३० कि.मी. लांब असलेल्या या हिमनदीला धार्मिक आणि सांस्कृतिक महत्त्व आहे. गंगोत्री हिमनदीमुळे गंगा नदीला पाणीपुरवठा केला जातो; जो शेती, पिण्याचं पाणी आणि जलविद्युतनिर्मिती यांसाठी अपरिहार्य आहे. गंगोत्री हिमनदीच्या पायथ्याशी असलेलं गोमुख हे स्थळ पर्यटक आणि भाविकांसाठी आकर्षण आहे. परंतु तापमानवाढीमुळे गंगोत्री हिमनदी झपाट्याने वितळत आहे, ज्यामुळे गंगा नदीच्या प्रवाहावर परिणाम होण्याची शक्यता आहे.

यमुना नदीचा उगम करणारी यमुना हिमनदी ही बंदरपूंछ पर्वतरांगांमध्ये वसलेली आहे. या हिमनदीच्या वितळणाऱ्या हिमामुळे यमुना नदीला अखंड प्रवाह मिळतो. यमुनेच्या खोऱ्यातली शेती आणि जलपुरवठ्याला या हिमनदीचा मोठा हातभार आहे. परंतु अलीकडेच झालेल्या संशोधनानुसार, यमुना हिमनदीचे हिमसाठे कमी होत चालले आहेत, ज्यामुळे संपूर्ण क्षेत्राच्या जलपुरवठ्यावर दीर्घकालीन परिणाम होऊ शकतो.

सिक्कीममधल्या कांचनजुंगा पर्वताच्या पायथ्याशी असलेली झेमू हिमनदी, उत्तर-पूर्व भारतातल्या पाण्याचा महत्त्वाचा स्रोत आहे. झेमू हिमनदीकडे हिमालयातल्या जैवविविधतेचा एक महत्त्वाचा आधार आहे. सिक्कीमचा नाजूक पर्यावरणीय समतोल राखण्यासाठी झेमू हिमनदीचं योगदान मोठं आहे. इथल्या जंगलांत आढळणारे दुर्मीळ प्राणी आणि वनस्पती यांचं संरक्षण झेमू हिमनदीच्या टिकाऊपणावर अवलंबून आहे. उत्तराखंडातली पंचचुली हिमनदी पंचचुली शिखरांच्या परिसरात आहे. तिच्या नावामागे पौराणिक कथा आहे, जी महाभारताच्या काळाशी जोडली जाते. गिर्यारोहकांसाठी पंचचुली हिमनदी आणि तिच्या आसपासचा परिसर नेहमीच आकर्षणाचा विषय राहिला आहे. परंतु वाढतं तापमान आणि मानवी हस्तक्षेप यांमुळे पंचचुली हिमनदीवर गंभीर परिणाम होत आहेत.

कुमाऊँ हिमालयातली मिलम हिमनदी ही गोरी गंगा नदीचा उगम आहे. ही हिमनदी प्राचीन काळापासून व्यापारी मार्ग म्हणून ओळखली जात असे. मिलम हिमनदीच्या परिसरात पारंपरिक कुमाऊँ संस्कृतीचा ठसा दिसून येतो. तिच्या बर्फाच्या साठ्यामुळे संपूर्ण भागाला जलपुरवठा होत राहतो. परंतु जागतिक तापमानवाढीमुळे मिलम हिमनदीचं वितळणं हा चिंतेचा विषय बनला आहे.

हिमालयातल्या या हिमनद्यांचं महत्त्व केवळ स्थानिक पातळीपुरतं मर्यादित नाही. या हिमनद्या संपूर्ण भारतीय उपखंडाच्या हवामानावर आणि पर्यावरणीय संतुलनावर परिणाम करतात. त्यांच्यामुळे निर्माण होणाऱ्या नद्यांचा उपयोग शेती, पिण्याचं पाणी, जलविद्युत आणि जैवविविधतेच्या संवर्धनासाठी होतो. परंतु ग्लोबल वॉर्मिंग, प्रदूषण आणि मानवी हस्तक्षेप यांमुळे त्यांच्या टिकाऊपणाला धोका निर्माण झाला आहे.

हिमालयातल्या हिमनद्यांचं संरक्षण करण्यासाठी जागतिक आणि स्थानिक पातळ्यांवर प्रयत्न करणं आवश्यक आहे. जैवविविधतेचं संवर्धन, जंगलतोड थांबवणं, पुनर्नवीनीकरणक्षम ऊर्जेचा वापर आणि जनजागृती या गोष्टींवर भर दिला; तरच हिमनद्यांचं रक्षण शक्य आहे. हिमनद्यांचं संवर्धन केवळ पर्यावरणीय आवश्यकता नसून ती मानवजातीच्या अस्तित्वासाठीही अत्यावश्यक आहे.

हिमालयीन हिमनद्यांचा हा नैसर्गिक ठेवा जपणं म्हणजे पुढच्या पिढ्यांसाठी शाश्वत भविष्य घडवण्याचा प्रयत्न आहे. आज आपण केलेले प्रयत्न उद्याच्या पर्यावरणाला आधार देतील. म्हणूनच हिमालयाचं आणि त्यातील हिमनद्यांचं संवर्धन हे आपलं आद्य कर्तव्य आहे.

या आव्हानांदरम्यान हिमालयी हिमनद्या आणि त्यांच्याशी संबंधित पारिस्थितिकी व्यवस्थांना वाचवण्यासाठी नावीन्यपूर्ण उपाय पुढे येत आहेत. लडाखमध्ये पर्यावरणवादक सोनम वांगचुक यांची 'आइस स्तूप' ही एक अभिनव योजना आहे, जी हिवाळ्यातील पाणी शंकूच्या आकाराच्या मनोऱ्यात साठवते, जे उन्हाळ्यात हळूहळू सोडलं जातं. यामुळे शुष्क प्रदेशातला पाणीटंचाईचा प्रश्न सोडवला जातो. हा स्थानिक दृष्टिकोन समुदाय-चालित अनुकूलतेची शक्ती दर्शवितो.

भारत सरकारचा राष्ट्रीय मिशन ऑन सस्टेनिंग हिमालयन इकोसिस्टीम हा जलवायू सहनशीलतेवर लक्ष केंद्रित करणारा संशोधन आणि धोरणात्मक निर्णय घेणार प्रकल्प आहे. त्याचप्रमाणे, आंतरराष्ट्रीय एकात्मिक पर्वतीय विकास केंद्र

हिमनद्यांविषयी रंजक माहिती

१. हिमालयात सुमारे १५,००० हिमनद्या आहेत; जे भारत, नेपाळ, भूतान आणि तिबेटमध्ये पसरलेले आहेत.

२. हिमनद्याच्या वितळण्यामुळे गंगा, यमुना, ब्रह्मपुत्र आणि इतर मोठ्या नद्यांना पाणी मिळतं.

३. गंगोत्री हिमनदीचं क्षेत्र अंदाजे ३०७ चौ.कि.मी. आहे.

४. सियाचीन हिमनदीचं क्षेत्र सुमारे ७५ चौ.कि.मी. आहे.

५. हिमालयातले हिमनद्या वर्षाला सरासरी १०-२० मीटर मागे सरकतात.

६. जागतिक तापमानवाढीमुळे २०५०पर्यंत २५-३० टक्के हिमनद्या वितळण्याचा अंदाज आहे.

७. हिमनद्या वितळण्याने हिवाळ्यात हिमस्खलनांचं प्रमाण वाढलं आहे.

८. अनेक पर्वतस्थानांच्या हिमनद्यांमधल्या बदलांमुळे प्रवेशमार्गात बदल करावे लागतात.

९. हिमनद्यांवर मापन करणारी तंत्रज्ञानं (सॅटेलाइट, ड्रोन) हृदयस्पर्शी डेटा देतात.

१०. हिमानद्यांचं संरक्षण केलं तर भारताची जलसंपत्ती आणि कृषी सुरक्षित राहते.

(ICIMOD) ही संस्था हिमालय क्षेत्रातल्या देशांमध्ये सहयोग वाढवण्यावर काम करत आहे. त्यांचे प्रयत्न ग्लेशियर मॉनिटरिंग, आपत्तिपूर्व तयारी आणि टिकाऊ विकास यांवर आधारित आहेत.

गिर्यारोहण आणि ट्रेकिंग समुदाय ही या नाजूक पर्यावरणांच्या रक्षणात महत्त्वपूर्ण भूमिका बजावत आहेत. एव्हरेस्टवरील स्वच्छता मोहिमा, ज्या सगरमाथा प्रदूषण नियंत्रण समितीसारख्या (SPCC) गटांनी आयोजित केल्या आहेत, त्यांमध्ये खूप कचरा काढला आहे, ज्यामुळे पर्यावरणीय दक्षतेचं महत्त्व अधोरेखित होतं.

तंत्रज्ञानाच्या प्रगतीमुळे रक्षणाच्या प्रयत्नांना अधिक मजबुती मिळाली आहे. भारतीय संस्था इस्रो उपग्रह प्रतिमेचा आणि रिमोट सेन्सिंगचा वापर करून हिमनदीच्या आरोग्याचं निरीक्षण करतात आणि धोक्यांचं भाकीत करतात. ड्रोन तंत्रज्ञानदेखील तपशीलवार नकाशांकनासाठी आणि डेटा संकलनासाठी वापरले जात आहेत, ज्यामुळे चांगली नियोजन आणि कृती होऊ शकते.

हिमालयातल्या हिमनद्या केवळ गोठलेली दृश्यं नाहीत; ते जिवंत अस्तित्व आहे, जे लाखो लोकांच्या जीवन, संस्कृती आणि आध्यात्मिकतेशी संबंधित आहेत. एक गिर्यारोहक म्हणून या हिमनद्यांचं बदलतं रूप पाहिलं, की मला त्यांची भीती वाटते; मात्र सोबतच या नद्यांना वाचवण्याचे प्रयत्न करणाऱ्या लोकांच्या स्थिरतेनं मी प्रेरितदेखील होतो. आव्हानं मोठी आहेत, परंतु नावीन्यपूर्ण उपाय आणि एकत्रित कार्यशीलतेनं आपण सुनिश्चित करू शकतो की हे हिमाचे साठे जीवन, संस्कृती आणि अर्थव्यवस्था पुढील पिढ्यांसाठी आणखी काही काळ राखून ठेवतील.

हिमालय आणि त्याच्या हिमनद्या ही निसर्गाच्या नाजूक समतोलाची साक्ष आहेत. त्यांचं रक्षण केवळ पर्यावरणीय अनिवार्यता नाही - ते मानवी अस्तित्वासाठी आणि पृथ्वीचं रक्षण करण्याप्रति आपली बांधिलकी आहे, असं माझं ठाम मत आहे.

हिमालयातल्या जीवनदायिनी हिमनद्या

व्हिडिओ पाहण्यासाठी क्यूआर कोड स्कॅन करा
किंवा लिंकला भेट द्या.

https://youtu.be/_DRlAVYnXV0?si=hwrSECPeEqwbpAI0

२२

हिमालय नसता तर!

भारताच्या वायव्येपासून ईशान्येपर्यंत तब्बल २,५०० किलोमीटरहून अधिक लांबवर पसरलेली पर्वतरांग म्हणजे हिमालय. अजस्त्र, महाकाय, बलाढ्य अशी अनेक विशेषणं ज्याला लावता येतील; असा हा हिमालय. कधी विचार केला आहे, हा हिमालय नसता तर काय झालं असतं? मला तर असं वाटतं, की आपलं अस्तित्व आहे, कारण हिमालय आहे. आपली भारतीय म्हणून असलेली ओळख ही हिमालयामुळेच आहे, अन्यथा आपली संस्कृती ही उदयास आली नसती किंवा टिकलीदेखील नसती. काय झालं असतं, हिमालय नसता तर?

जर हिमालय अस्तित्वात नसता, तर भारतीय उपखंडाचं स्वरूप आज आपण पाहतो, त्याहून पूर्णतः वेगळं झालं असतं. हिमालय ही केवळ एक पर्वतरांग नाही, तर ती भारताच्या भूगोलाची, संस्कृतीची आणि इतिहासाची आत्मा आहे. हिमालयाचं अस्तित्व म्हणजे भारताला मिळालेलं एक अमूल्य वरदान आहे, ज्यामुळे आपल्या देशाचा नैसर्गिक, सांस्कृतिक, आणि आर्थिक ठेवा समृद्ध झाला आहे. जर हिमालय नसता, तर त्याचे परिणाम केवळ आपल्याला जाणवले नसते, तर आपल्या अस्तित्वाच्या मूलभूत पायावरच प्रश्नचिन्ह उभं राहिलं असतं.

हिमालयाचा अभाव भौगोलिकदृष्ट्या भयावह ठरला असता. हिमालयाच्या उत्तरेला थंड सायबेरियन प्रदेश आहे. सोबत उजाड, करड्या वाळवंटी प्रदेशाचा

भागदेखील आहे. इथून येणारे थंड वारे आणि धूलिकणांचे लोट अडवणारी पर्वतरांग म्हणजे हिमालय. ही पर्वतरांग थंड वाऱ्यांपासून भारताला संरक्षण देते. जर हिमालय नसता, तर उत्तरेकडची राज्यं थेट हाडं गोठवणाऱ्या वाऱ्यांच्या तडाख्याखाली आली असती आणि देशभरातलं हवामान प्रचंड थंड आणि उष्णतेच्या टोकाला गेलं असतं. इतकंच नाही तर भारतातलं पर्जन्यमानदेखील बदललं असतं. आपण खूप नशीबवान आहोत, कारण नैऋत्य मोसमी मान्सूनच्या वाऱ्यांमुळे आपल्याकडे मुबलक पाऊस पडतो. हिमालय नसता, तर मान्सूनच्या वाऱ्यांची दिशा बदलली असती आणि त्याचा पहिला थेट परिणाम भारताच्या कृषी अर्थव्यवस्थेवर झाला असता. आजही कृषी अर्थात शेती ही आपल्या अर्थव्यवस्थेचा, भारतीय अस्तित्वाचा कणा आहे. जर कृषिव्यवस्था उभी नसती राहिली, कोलमडली असती; तर आपलं अस्तित्वच संपुष्टात आलं असतं. फक्त मान्सूनचं वारंच नव्हे, तर आपलं जनजीवन ज्यांवर अवलंबून आहे, त्या नद्यादेखील अस्तित्वात नसत्या. गंगा, यमुना, ब्रह्मपुत्रा आणि सिंधू यांसारख्या नद्यांचा उगमच झाला नसता. या नद्या फक्त जलपुरवठ्याच्याच नव्हे, तर भारतीय संस्कृतीचा गाभा आहेत. त्यांच्या अभावी गंगेचं मैदानच विकसित झालं नसतं आणि भारतात शेतीचा विस्तार अपूर्ण राहिला असता. हा झाला भूगोल. पण हिमालय नसता, तर आपला इतिहासही बदलला असता.

इतिहासाच्या प्रवाहावर हिमालयाचा ठसा कायम आहे. प्राचीन काळात हा पर्वत भारतासाठी एक अभेद्य किल्ला ठरला. जर हिमालय नसता, तर मध्य आशियातली आक्रमणं अधिक सहजपणे भारताच्या हद्दीत घडली असती. या आक्रमणांमुळे भारताची सांस्कृतिक एकात्मता टिकून राहिली नसती. व्यापारमार्गांमध्ये बदल झाले असते, कारण हिमालयातून जाणाऱ्या रेशीम मार्गानं भारताला मिळणारी जागतिक व्यापाराची संधी कमी झाली असती. राजकीय आणि सामरिक दृष्टीनं हिमालयाचं अस्तित्व भारतासाठी वरदान आहे. जर हिमालय नसता, तर भारत आणि चीन यांच्यातली सीमारेषा निसर्गनिर्मित असल्यामुळेच स्पष्ट झाली नसती आणि सीमावाद अधिक तीव्र स्वरूपात उभे राहिले असते. लष्करासाठी हा नैसर्गिक भिंत उरला नसता, ज्यामुळे देशाच्या सुरक्षा योजनेवर मोठा परिणाम झाला असता.

हिमालय नसता, तर स्थानिक लोकांच्या उपजीविकेवर त्याचा खोलवर परिणाम झाला असता. हिमालयीन वनस्पती आणि खनिजसंपत्ती ही अनेकांसाठी रोजगाराचे साधन आहे. औषधी वनस्पती आणि खनिजांचा शोध घेणं हे संपूर्णपणे

हिमालय नसता तर... अजून काय होईल?

१. हिमालय नसेल, तर भारतातल्या नद्यांचे प्रवाह अराजक होतील. गंगा, ब्रह्मपुत्रा यांसारख्या नद्यांना पाणी कमी पडेल.

२. पर्वतरांगांनी हवामानाचं संतुलन राखलं आहे; त्याशिवाय दक्षिण एशियातले पर्जन्य पॅटर्न बदलतील.

३. हिमालयातले वन्यजीव जसे की हत्ती, हिमबिबट्या आणि हिमालयी तेंदूळ यांचे अधिवास धोक्यात येईल.

४. हिमालयाचा हिम पृष्ठभाग उष्णतेचं शोषण करून पृथ्वीला थंड ठेवतो.

५. पर्वतरांगांमुळे मान्सूनचा नियमित प्रवाह टिकतो.

६. हिमालय नसेल, तर जलसंपत्ती आणि शेती यांवर परिणाम होईल. अन्नसुरक्षा धोक्यात येईल.

७. तिबेटी पठाराशिवाय दक्षिण आशियामध्ये हवामान कोरडं होईल.

८. हिमालयाच्या अस्तित्वामुळे मानवजातीसाठी स्वच्छ पाणी उपलब्ध आहे.

९. हिमालयाचा नाश झाला, तर अनेक नैसर्गिक आपत्ती (भूस्खलन, पूर) वाढतील.

१०. या पर्वतरांगांचं संरक्षण म्हणजे पर्यावरणीय संतुलन टिकवण्याची जबाबदारी आहे.

थांबलं असतं. तसंच, हिमालयातील पर्यटन हा आर्थिक विकासाचा एक महत्त्वाचा स्रोत आहे. गिर्यारोहण, ट्रेकिंग आणि धार्मिक यात्रा यांचा अभाव राहिल्यानं रोजगाराच्या अनेक संधी नष्ट झाल्या असत्या. हिमालय नसता, तर एव्हरेस्ट नसतं. एव्हरेस्ट नसतं, तर गिर्यारोहणाचा आयाम वेगळा असता. एव्हरेस्ट आणि हिमालय नसता, तर कदाचित नेपाळ हा देश आज जसा आहे तसा कदाचित दिसला नसता. फक्त एव्हरेस्ट आणि इतर गिर्यारोहण क्षेत्रावर निगडित अशी खूप मोठी इंडस्ट्री नेपाळमध्ये आज उभी आहे. नेपाळ सरकारच्या एकूण उत्पन्नापैकी ३०-

३५ टक्के उत्पन्न हे केवळ एव्हरेस्ट आणि निगडित गिर्यारोहणावर अवलंबून आहे. साध्या ट्रेकपासून ते एव्हरेस्टपर्यंत विविध ट्रेकसाठी लोक आज नेपाळमध्ये येतात. कुणी काठमांडूच्या छोट्याशा हॉटेलमध्ये राहण्यासाठी २००-५०० रुपये खर्च करून अर्थव्यवस्थेला हातभार लावतात, तर गिर्यारोहक एव्हरेस्टवर चढाईसाठी प्रत्येकी ११ हजार अमेरिकी डॉलर एवढी फी भरतात. हे झालं अर्थकारण. नेपाळचं समाजकारण, तिथली संस्कृतीदेखील काहीशी वेगळी नक्कीच असती. नेपाळमध्ये प्रामुख्यानं वसलेली, वाढलेली शेर्पासारखी एक संपूर्ण जमात अस्तित्वात नसती. हे सगळं आज आहे, कारण हिमालय आहे.

भारताचं भारतीयपण हिमालयामुळेच अबाधित आहे. भारतात रेल्वे विस्तारली तीदेखील हिमालयामुळेच. हिमालयात असलेल्या विपुल देवदार वृक्षांचा उपयोग रेल्वेच्या मार्गांचा पाया बनवण्यासाठी करण्यात येऊ लागला. ब्रिटिशांनी याचा वापर करून हिमालयातल्या देवदारची खोडं थेट कन्याकुमारीपर्यंत पोहोचवत रेल्वेचं जाळं उभारलं. दळणवळणाच्या अशा संसाधनांमुळेच भारतीय अर्थव्यवस्था रुजायला आणि बहरायला मदत झाली. हिमालय नसता, तर कदाचित हे चित्र वेगळं असतं. या हिमालयानं आपल्याला निसर्ग दिला, तसे लोक, त्यांची संस्कृती दिली. काश्मीर असो की अरुणाचल, स्थानिक संस्कृतीचा अविभाज्य भाग काय असेल, तर हिमालय.

हिमालय भारतीय अध्यात्माचा शिखरबिंदू आहे. तो केवळ पर्वत नाही, तर ते आध्यात्मिक उंचीचं प्रतीक आहे. गंगेच्या पवित्र प्रवाहापासून कैलास पर्वताच्या शिखरापर्यंत हिमालयानं भारतीय संस्कृतीला दिशा दिली आहे. जर हिमालय नसता, तर भारतीय सभ्यता आणि संस्कृतीची व्याख्या बदलली असती. जैवविविधतेच्या दृष्टीनंही हिमालयाचं महत्त्व अनन्यसाधारण आहे. अनेक दुर्मीळ प्रजातींना हिमालयानं आश्रय दिला आहे. जर तो नसता, तर या प्रजाती नामशेष झाल्या असत्या किंवा त्यांची साखळी विस्कळीत झाली असती.

हिमालय हा भारताच्या भावनिक, सांस्कृतिक आणि भौगोलिक ओळखीचा अविभाज्य भाग आहे. जर हिमालय नसता, तर आपली जमीन, पाणी, हवामान आणि माणसांच्या जीवनशैलीवर त्याचे दूरगामी परिणाम झाले असते. त्याचा अभाव ही केवळ कल्पना असूनही ती भयावह वाटते, कारण हिमालयाचं प्रत्यक्ष अस्तित्व आपल्याला किती मोठ्या प्रमाणावर पोषक आहे हे लक्षात येतं. म्हणून हिमालयाचं संवर्धन करणं ही केवळ एक जबाबदारी नाही, तर आपलं नैतिक कर्तव्य आहे. हिमालय आहे म्हणूनच भारत आज जगाच्या नकाशावर आपलं नाव कोरू शकला.

हिमालय नसता तर!

व्हिडिओ पाहण्यासाठी क्यूआर कोड स्कॅन करा
किंवा लिंकला भेट द्या.

https://youtu.be/nBcvFL_b_cI?si=yKhzxXsA3UdA4wx0

२३

हिमालय : पृथ्वीचा विघ्नहर्ता

हिमालय पर्वत हा पृथ्वीवरचा एक अद्वितीय ठेवा आहे. केवळ त्याच्या उंचीमुळे नव्हे; तर त्याच्या भौगोलिक, सांस्कृतिक आणि पर्यावरणीय महत्त्वामुळेही तो संपूर्ण जगासाठी अनमोल आहे. ही पर्वतरांग म्हणजे केवळ एक भौगोलिक संरचना नसून, त्यात एक जिवंत आत्मा आहे, असं मानलं जातं. त्याच्या शिरांतून वाहणाऱ्या नद्या कोट्यवधी लोकांसाठी जीवनाचा मुख्य आधार आहेत. परंतु हवामानातला बदल, वाढता मानवी हस्तक्षेप आणि पर्यावरणीय प्रदूषणामुळे हिमालय आज गंभीर संकटात आहे. त्याचं संरक्षण करणं हे संपूर्ण मानवजातीचं कर्तव्य बनलं आहे.

हिमालयाची प्राचीनता आणि महती त्याच्या भौगोलिक रचनेतून दिसून येते. साधारणपणे सात कोटी वर्षांपूर्वी भारतीय उपखंड आणि आशियाई खंडाच्या धडकतेमुळे ही पर्वतरांग निर्माण झाली. हिमालय जगातली सर्वांत तरुण पर्वतरांग आहे. सोबत त्याच्या शिखरांची उंची आणि शक्ती प्राचीन आहे, असं म्हटलं तर वावगं ठरणार नाही. माउंट एव्हरेस्ट - ज्याची उंची ८,८४८ मीटर आहे - हा केवळ हिमालयाचाच नव्हे, तर संपूर्ण पृथ्वीचा मुकुट आहे, असं आपण म्हणतो. एव्हरेस्टसह कांचनजुंगा, नंदा देवी, मकालू आणि अन्नपूर्णा ही शिखरं हिमालयाच्या गौरवाची साक्ष देतात.

हिमालयातल्या नद्या दक्षिण आशियाच्या जीवनरेखाच आहेत. गंगा,

ब्रह्मपुत्रा, यमुना, सतलज आणि सिंधू या नद्यांचे उगम हिमालयात आहेत. या नद्यांमुळे संपूर्ण उपखंडाला पाणीपुरवठा होतो. सुमारे १.५ अब्ज लोकांचं जीवन या जलस्रोतांवर अवलंबून आहे. मात्र ग्लोबल वॉर्मिंगमुळे हिमालयातलं हिम वितळत आहे. २०१९च्या एका अहवालानुसार, गेल्या चार दशकांत हिमालयाच्या हिमाचा सुमारे ३० टक्के भाग वितळला आहे. जर तापमानवाढीचा वेग असाच राहिला, तर २,१००पर्यंत हिमालयातल्या ५० टक्के हिमनद्या नाहीशा होऊ शकतात. यामुळे केवळ पाणीटंचाईच नाही, तर अन्नधान्य उत्पादनावरही परिणाम होणार आहे.

हिमालय जैवविविधतेचा एक खजिना आहे. इथे सुमारे दहा हजारांहून अधिक प्रकारच्या वनस्पती आणि तीन हजारांहून अधिक प्रकारच्या प्राण्यांच्या प्रजाती आढळतात. यांपैकी अनेक प्रजाती केवळ हिमालयातच आढळतात. हिमबिबट्या (स्नो लेपर्ड), रेड पांडा आणि कस्तुरी मृग यांसारखे दुर्मीळ प्राणी इथे आढळतात. हिमालयातल्या औषधी वनस्पतींपैकी 'यार्सगुंबा' ही एक महत्त्वाची वनस्पती आहे, जिला नैसर्गिक ऊर्जा वृद्धिंगत करणारी मानलं जातं. मात्र अनियंत्रित शोषण आणि हवामान बदलामुळे या वनस्पतींच्या अस्तित्वावरच प्रश्नचिन्ह निर्माण झालं आहे.

हिमालयाच्या पवित्रतेला धार्मिक महत्त्वही आहे. हिंदू धर्मात हिमालयाला देवतांचं निवासस्थान मानलं जातं. कैलास पर्वत आणि मानसरोवर ही त्याची उत्कृष्ट उदाहरणं आहेत. कैलास पर्वताला भगवान शंकराचं निवासस्थान मानलं जातं, तर मानसरोवर तलावाला पवित्र जलाशय मानलं जातं. बौद्ध धर्मातही हिमालयाला विशेष महत्त्व आहे. भूतान आणि तिबेटमधले अनेक बौद्ध मठ हिमालयाच्या कुशीत वसलेले आहेत. या धार्मिक स्थळांमुळे हिमालयाला एक आध्यात्मिक आकर्षण प्राप्त झालं आहे.

हिमालयातले स्थानिक समुदाय हजारो वर्षांपासून या पर्वतरांगाशी जोडले गेले आहेत. शेर्पा समुदाय हिमालयाच्या उंचावरच्या जीवनाचा भाग आहे. त्यांनी अनेक आंतरराष्ट्रीय मोहिमांमध्ये मोलाचा सहभाग दिला आहे. मात्र, याच शेर्पांनी पर्यावरण रक्षणासाठी मोठं योगदान दिलं आहे. सोलुखुंबू भागातल्या काही शेर्पा गावांनी पर्यटकांसाठी कचरा परत नेण्याचा नियम लागू केला आहे, ज्यामुळे पर्यावरणाचं रक्षण करण्यात मदत होत आहे.

हवामान बदलामुळे हिमालयावर वाढता ताण येत आहे. तापमानवाढीमुळे हिमालयातलं हिम वितळून जलप्रलय होण्याचं प्रमाण वाढलं आहे. २०१३मध्ये

उत्तराखंडमध्ये आलेल्या महापुरामुळे सुमारे ६,००० लोकांचा मृत्यू झाला. ही आपत्ती हवामानबदलामुळेच अधिक तीव्र झाली होती. हिमनदी वितळल्यानं तलावांचं प्रमाण वाढलं आहे, ज्यामुळे भविष्यात आणखी मोठ्या आपत्ती होऊ शकतात. संशोधनानुसार, हिमालयात 'ग्लेशियर लेक आउटबर्स्ट फ्लड्स' (GLOF) या प्रकारच्या पुराच्या घटनांमध्ये सुमारे १५ टक्के वाढ झाली आहे.

पर्यटन हा हिमालयाच्या अर्थव्यवस्थेचा मुख्य आधार आहे, पण त्याचा पर्यावरणावर ताण पडतो आहे. २०१९मध्ये हिमालयाला भेट देणाऱ्या पर्यटकांची

'आंतरराष्ट्रीय पर्वत दिना'विषयी थोडं...

१. 'आंतरराष्ट्रीय पर्वत दिन' ११ डिसेंबर रोजी साजरा केला जातो.
२. हा दिवस २००३मध्ये संयुक्त राष्ट्रांनी घोषित केला.
३. जगभरातले १४०हून अधिक देश या दिवशी पर्वतांचं महत्त्व आणि संरक्षण यांवर लक्ष देतात.
४. हिमालय, अँडिज, रॉकीज, आल्प्स या पर्वतरांगा मुख्य लक्ष केंद्रित करतात.
५. 'आंतरराष्ट्रीय पर्वत दिना'निमित्त सुमारे १,०००पेक्षा जास्त जागतिक कार्यक्रम आयोजित होतात.
६. पर्वतरांगांचं संरक्षण, हिमानद्यांचं संवर्धन आणि जैवविविधतेवर जागरूकता वाढवली जाते.
७. या दिवसामुळे पर्यावरणीय धोके आणि जलस्रोतांचं महत्त्व लोकांपर्यंत पोहोचतं.
८. अनेक शाळांनी आणि संस्थांनी पर्यावरणीय प्रकल्प आणि शिबिरं चालवली आहेत.
९. पर्वतांचं पर्यटन आणि संरक्षण यांमध्ये संतुलन राखण्यासाठी जागरूकता वाढते.
१०. हा दिवस मानवी जीवन आणि पृथ्वीच्या स्वास्थ्यासाठी पर्वतांचं महत्त्व अधोरेखित करतो.

संख्या ५० लाखांहून अधिक होती. या पर्यटनामुळे स्थानिक अर्थव्यवस्थेला चालना मिळते, पण त्याच वेळी पर्यावरणीय प्रदूषण वाढतं. उत्तराखंडमध्ये पर्यावरणपूरक पर्यटनाच्या संकल्पनांना प्रोत्साहन दिलं जात आहे. यामध्ये पर्यटकांना प्लास्टिकचा वापर टाळण्यासाठी प्रोत्साहित केलं जातं, तसंच स्थानिक उत्पादनं खरेदी करण्यासाठी प्रोत्साहन दिलं जातं.

हिमालयाचं संरक्षण करण्यासाठी आंतरराष्ट्रीय सहकार्याची आवश्यकता आहे. 'हिंदुकुश हिमालयीन आकलन' या उपक्रमामुळे आठ देशांनी एकत्र येऊन हवामानबदलाचा मुकाबला करण्यासाठी धोरणं आखली आहेत. भारत, नेपाळ, भूतान आणि चीन यांनी शाश्वत विकासासाठी एकत्र काम केलं पाहिजे. याशिवाय, 'ग्रीन हिमालय प्रोजेक्ट' अंतर्गत वृक्षारोपण आणि जैवविविधता संवर्धनासाठी प्रकल्प हाती घेण्यात आले आहेत.

हिमालयाच्या संवर्धनात तरुणांची भूमिकाही महत्त्वाची आहे. सोशल मीडियाचा प्रभावी वापर करून पर्यावरण जनजागृती करता येऊ शकते. पुण्यातल्या एका गटाने 'माउंटन क्लीनअप ड्राइव्ह' राबवून सह्याद्री पर्वतरांगेतून हजारो किलो कचरा गोळा केला. अशा प्रकारच्या मोहिमा हिमालयात राबवल्या गेल्यास पर्यावरण सुधारण्यासाठी मोठी मदत होईल. हिमालयाचं भविष्य आपल्यावर अवलंबून आहे. यासाठी जागतिक स्तरावर प्रयत्न करण्याची गरज आहे. प्रत्येक व्यक्तीनं

हिमालयाच्या रक्षणासाठी आपलं योगदान दिलं, तरच हा प्राचीन रक्षक भावी पिढ्यांसाठी टिकून राहील.

हिमालय हा सर्वार्थानं पृथ्वीचा विघ्नहर्ता आहे. मात्र त्याचं संवर्धन करणं ही आपली जबाबदारी आहे. हे सर्व नमूद करण्याचं कारण म्हणजे येऊ घातलेला 'आंतरराष्ट्रीय पर्वत दिन'. दरवर्षी ११ डिसेंबरला संयुक्त राष्ट्र संघाच्या अन्न आणि कृषी विभागातर्फे हा दिवस मोठ्या उत्साहात साजरा केला जातो. हिमालयामध्येदेखील विविध ठिकाणी अभिनव उपक्रम राबवले जातात. यामागे उद्दिष्ट एकच - पर्वतांचं, हिमालयाचं जतन, संवर्धन आणि शाश्वत विकास. हिमालय जर टिकवायचा असेल, तर आपल्याला सगळ्यांना मिळून काम करावं लागेल. त्यासाठी आपण हे मान्य केलं पाहिजे, की प्रत्यक्ष-अप्रत्यक्षपणे आपल्याकडून, समस्त मानवजातीकडून पर्वतांना, हिमालयाला छोट्या-मोठ्या प्रमाणात का होईना, हानी होत आहे. त्यामुळे आपणच सर्वांनी एकत्र येऊन यावर काम करणं गरजेचं आहे. त्यासाठी सद्य:स्थिती जाणून घेऊन आजच सत्य मान्य केलं पाहिजे, तरच उद्याचं भविष्य आपण सर्वार्थानं घडवू शकू. म्हणूनच चला एकत्र येऊ या. पर्वतांना, हिमालयाला वाचवू या! आपलं भविष्य सुखकर करू या!

हिमालय : पृथ्वीचा विघ्नहर्ता

व्हिडिओ पाहण्यासाठी क्यूआर कोड स्कॅन करा
किंवा लिंकला भेट द्या.

https://youtu.be/ONqMswTJN8M?si=MqMvLPH0RiA-V8RT

लेखक परिचय

उमेश झिरपे

umzirpe@gmail.com

- वयाच्या तेराव्या वर्षी सह्याद्रीत गिर्यारोहणाची सुरुवात. सह्याद्रीतील कठीण कातळकड्यांपासून हिमालयातील अतिउंच पर्वतरांगांपर्यंत गिर्यारोहणाचा साडेचार दशकांचा अनुभव.
- जगातील चौदा अष्टहजारी शिखरांपैकी तब्बल आठ शिखरांवर यशस्वी चढाई करणाऱ्या नागरी भारतीय मोहिमांचे नेतृत्व करणारे एकमेव भारतीय.
- एव्हरेस्ट, कांचनजुंगा, अन्नपूर्णा-१ तसेच शिवलिंग, मंदा, मेरू यांसारख्या भारतातील कठीण, तांत्रिकदृष्ट्या दुर्गम शिखरांवर यशस्वी मोहिमा.
- हिमालयातील भूकंप, महापूर, नैसर्गिक संकटांनंतर अनेक वेळा त्वरित मदत-मोहिमांचे नेतृत्त्व.
- गिर्यारोहणासोबतच दृक्श्राव्य निर्मिती, लेखन व व्याख्यानांद्वारे पर्वतसंस्कृती प्रसाराचे महत्त्वपूर्ण कार्य.
- 'गिरिप्रेमी' या भारतातील अग्रगण्य नागरी गिर्यारोहण संस्थेचे संस्थापक.
- १० ते ६० वयोगटांतील हजारो विद्यार्थ्यांना गिर्यारोहणाचे शास्त्रशुद्ध प्रशिक्षण देणाऱ्या Guardian Giripremi Institute of Mountaineering (GGIM) या संस्थेचे संस्थापक.
- महाराष्ट्रात प्रथमच चोवीस तास रेस्क्यू हेल्पलाईन व समन्वय मंच उभारणारे संस्थापकांपैकी एक.
- 'अखिल महाराष्ट्र गिर्यारोहण महासंघा'चे अध्यक्ष.

- दिव्यांग कल्याण, आपत्ती निवारण अशा कामांसाठी स्थापन केलेल्या 'स्वरूपसेवा ट्रस्ट' या संस्थेचे संस्थापक विश्वस्त.
- महाराष्ट्र शासनाच्या दुर्गसंवर्धन, साहसी क्रीडा नियमन व सुरक्षा धोरणांवरील समित्यांवर सक्रिय सदस्य.
- राज्यातील साहसी क्रीडांच्या सुरक्षिततेसाठी मार्गदर्शक तत्त्वे, प्रशिक्षण व मानक प्रक्रियांमध्ये योगदान.
- गिर्यारोहण करताना आलेल्या अनुभवांचे उत्कृष्ट लेखन, दृक्श्राव्य चित्रण व व्याख्याने.
- हिमालयाकडे पाहण्याची विचारी, संवेदनशील आणि विनयशील दृष्टी सतत जपून ती पुढील पिढ्यांना देण्यासाठी सक्रिय.
- भारतातील साहस क्रीडा क्षेत्रातील सर्वोच्च राष्ट्रीय सन्मान - तेनसिंग नॉर्गे जीवनगौरव पुरस्कार (Tenzing Norgay National Adventure Award – Lifetime Achievement), शिवछत्रपती राज्य क्रीडा पुरस्कार, महाराष्ट्र शासनाचा सर्वोच्च क्रीडा गौरव, सह्याद्री रत्न अ‍ॅवॉर्ड, अशा असंख्य प्रतिष्ठित पुरस्कारांचे, सन्मानाचे व मानपत्रांचे मानकरी.

सकाळ प्रकाशनाची इतर पुस्तके

उमेश झिरपे लिखित

- हिमालयातील दिवस

इतर लेखकांची पुस्तके

- साद रानवाटांची - भारतातील अरण्यांच्या भटकंतीसाठी सोबती
- लंडन डायरी
- गिर्यारोहण : मागोवा साहसी क्रीडा प्रकाराचा
- वाचनवाटा
- माझा युरोप प्रवास
- गावशिवार
- माझी भटकंती (इस्त्राइल, तीर्थरंग आणि अंदमान)
- फुलांच्या दुनियेत
- भीजपाऊस
- भवताल
- पाऊलवाटेवर चालताना
- खोल खोल जगणं (फिरस्ती)
- वेड्यांची शर्यत (फिरस्ती)
- काळजात धावतोय ससा (फिरस्ती)
- कांगारू : ऑस्ट्रेलियन क्रिकेट आणि पर्यटनाचा जिवंत अनुभव

www.ingramcontent.com/pod-product-compliance
Lightning Source LLC
LaVergne TN
LVHW010809051026
849532LV00007B/2481